पिढीजात / मिकी आणि मेमसाहेब

## सतीश आळेकर यांचे प्रकाशित साहित्य

### नाटक

अतिरेकी

एक दिवस मठाकडे / ठकीशी संवाद

दुसरा सामना

पिढीजात / मिकी आणि मेमसाहेब

बेगम बर्वे

महानिर्वाण

महापूर

शनिवार रविवार

### एकांकिका

झुलता पूल आणि इतर एकांकिका

आधारित एकांकिका

### आठवणी

गगनिका

# पिढीजात / मिकी आणि मेमसाहेब

सतीश आळेकर

पॉप्युलर प्रकाशन, मुंबई

पिढीजात / मिकी आणि मेमसाहेब
(म - १३५०)
पॉप्युलर प्रकाशन
ISBN 978-81-956688-6-1

PIDHIJAAT
/ MICKEY ANI MEMSAHEB
(Marathi : Play)
Satish Alekar


कृष्णा, २ रा मजला, पत्रकारनगर
पुणे ४११ ०१६
mikinalekar@hotmail.com
satish.alekar@gmail.com

पिढीजात : पहिली आवृत्ती : २००३
मिकी आणि मेमसाहेब : पहिली आवृत्ती : १९७३
नीलकंठ प्रकाशन, पुणे
एकत्रित पहिली आवृत्ती : २०२२ / १९४४

मुखपृष्ठ : शेखर गोडबोले, राजू देशपांडे

मुद्रितशोधन : मिलिंद बोरकर, पुणे

प्रकाशक
हर्ष भटकळ
पॉप्युलर प्रकाशन प्रा. लि.
३०१, महालक्ष्मी चेंबर्स
२२, भुलाभाई देसाई रोड
मुंबई ४०० ०२६

अक्षरजुळणी
मुग्धा दांडेकर
थ्रीडी ग्राफिक्स, पुणे

# पिढीजात

'पिढीजात' नाटकाचा मराठी भाषेतील प्रथम प्रयोग सहारा कल्चरल सेंटर, पुणे ह्या संस्थेने ३१ मे २००३ रोजी रात्री ९.३० वा, भरत नाट्य मंदिर, पुणे-३० येथे सादर केला. ह्या प्रयोगाची श्रेयनामावली पुढीलप्रमाणे–

लेखन : सतीश आळेकर
दिग्दर्शन : गिरीश जोशी
नेपथ्य/प्रकाश : प्रदीप मुळे
प्रकाश योजना सहायक : अनिल टाकळकर
पार्श्वसंगीत : नरेंद्र भिडे
ध्वनीसंयोजन : प्रशांत देशपांडे
वेशभूषा : सुनीता काळे
रंगभूषा: महेश बराटे
व्यवस्थापक : शिरीष केतकर
सूत्रधार : रवींद्र दामले
निर्मिती : महाराष्ट्र कल्चरल सेंटर, पुणे

**पात्र योजना**

बाबा : सुहास कुलकर्णी
आशू : चिन्मय केळकर
आई : मंजूषा गोडसे
महादेव : अभय गोडसे
आजोबा : दिलीप जोगळेकर
अलका : श्वेता शिंगोटे

'पिढीजात' नाटकाचा बंगाली भाषेतील प्रथम प्रयोग 'बंशगाता' या नावाने श्रीमती सुहाग सेन यांनी कोलकता येथे २६ एप्रिल २००३ रोजी सादर केला.
निर्माती संस्था : एन्साबल, कोलकता

# अंक पहिला

## प्रवेश पहिला

[स्थळ : रंगमंच. संभाषणाची सुरुवात कशी करावी अशा थाटात दोन व्यक्ती उभ्या आहेत. पैकी एक ४०–४५ वर्षांची देखणी स्त्री. तिच्यासमवेत ४८–५० वर्षांचा पुरुष. त्याचा पोशाख आजचा पुढारी किंवा मंत्री वाटेल असा. ह्या दोघांचे प्रेमसंबंध आहेत, हे सहज ओळखू यावे अशा नजरा आणि निःसंकोच हालचाली. रंगमंचाच्या एका बाजूला घराच्या आतील वाटेल असा भाग. त्यात एक मोठी तसबीर. ह्या फोटोफ्रेममध्ये पंचवीस वर्षांपूर्वी दिवंगत झालेल्या गृहस्थांचा फोटो. स्त्री, पुरुष आहेत तो भाग एखाद्या बारमधला वाटावा. बार आणि रेस्टॉरंट अशी निऑन साईन दिसून गेली तरी चालेल. स्त्रीच्या हातात परदेशी बिअरचा कॅन. पुरुष मात्र पित नाही. तो निर्व्यसनी असावा.)

**राधा** : (बिअरचा घोट घेत) तर, सुरू कर महादेव! सुरू कर...

**महादेव** : कशाची? कशाची सुरुवात करू?

[स्तब्धता.]

**राधा** : महादेव, सुरुवात कर!

**महादेव** : त्याच प्रश्नाला मागेचच उत्तर. कशाची?

**राधा** : नेहमीची सुरुवात. नेहमी कशी सुरुवात करतोस?

**महादेव** : कोणतीही सुरुवात पूर्ण विचारांती आणि मनःपूर्वक करावी, अशी आमची शिकवण!

**राधा** : शिकवण की आदेश?

**महादेव** : शिकवण म्हणजे आदेश मानतो आम्ही राधाबाई.

**राधा** : मग कर सुरुवात...

**महादेव** : अगं, पण कसली सुरुवात राधाऽऽ?

**राधा** : ओळखीची! स्वतःची ओळख करून द्यावी म्हणते मी!

**महादेव** : कुणाला करून द्यावी?

**राधा** : कुणाला म्हणजे? स्वतःलाच.

[स्तब्धता.]

ह्या अस्वस्थ वातावरणात स्वतःची वाफ होऊन जाऊ नये म्हणून स्वतःच स्वतःला बजावीत राहायचं.... नाही तर वाफेचे ढग, ढगांचा पाऊस आणि पैसा खोटा झाला तरच मोठा पाऊस... सध्या तर पैसाच जास्त खरा होत चाललाय... म्हणून मोठा पाऊस पडतच नाही. ह्यावर उतारा म्हणून परत-परत ओळख करून द्यायची स्वतःतीच स्वतःला...

**महादेव** : म्हणजे काय होईल?

**राधा** : उभारी येईल थोडी मनाला. सोबत हे आहेच. (घुटका घेते.) धीर धरा, धीर धरा. तकवा, हडबडू-गडबडू नका किंवा धीर धरी रे धीरापोटी असती मोठी फळे गोमटी... म्हणून मीच स्वतःला बजावीत ओळख करून देत आहे की, मी एक विवाहित स्त्री. जात ब्राह्मण, नवरा राजकारण कम् सरकारी नोकरी. पक्षासाठी पैसा गोळा करणारा. त्यामुळे हाताशी जरुरीपेक्षा जास्त पैसा. आम्हाला एकच मुलगा आशुतोष- सध्या त्याची बारावी म्हणून तो अभ्यासात. मला वेळ भरपूर मोकळा म्हणून हिंदी सिनेमे बघता-बघता नायिकांच्या झळाळत्या निःसंकोच मादकतेची साय अंगाला लागत गेली. लग्नसुखाच्या मर्यादांपलीकडची ओढ लागली असतानाच महादेव तू भेटलास. परंपरागत संसारनृत्यात तुझा रांगडा ठेका अलगद मिसळला. स्वतःच्या देहाची नवी ओळख झाली. सध्याच्या भाषेत बोलायचं तर- बिना पायल घुंगरं वाजली! पण, माधुरी दीक्षितच्या ठेक्यावर नाचता-नाचता दमछाक झाली की वय आठवतं... मुलाचा बारावीचा अभ्यास.... त्याची टेशन्स.... नवऱ्याची सरकारी नोकरी आणि राजकारण यामधला ताण... त्यात तुझ्याशी मैत्री...हं... आता तुझी ओळख.

**महादेव** : प्रौढ अविवाहित पुरुष. वय पन्नास, जात ओबीसी. पूर्वी संघात. सध्या सक्रिय राजकारणात.

**राधा** : अविवाहित बाय चॉईस, की नागपूरचा आदेश?

**महादेव** : शिकवण आम्हाला आदेशासमान असते राधा आणि सक्रिय राजकारणात अविवाहित असणं ही सोयही फायद्याची ठरते.

राधा : ग्रेट! तुमची पार्टी आता राज्य करणार!

महादेव : येस, नो मोअर वेटिंग नाऊ! आम्ही सत्तेवर येणार. केंद्रात आलोच आहोत, आता राज्यातही येऊ.

राधा : माझ्या नवऱ्याशी तुझी ओळख कधी झाली?

महादेव : आणीबाणीत! आम्ही एकत्र होतो तुरुंगात. झाली त्याला आता जवळजवळ पंचवीस वर्षे.

राधा : सो लेट अस् सेलिब्रेट! तुमच्या मैत्रीची सिल्व्हर ज्युबिली. (घुटका घेते)

महादेव : हे बघ राधा...

[स्तब्धता.]

राधा : येस्...

महादेव : हे... हे... तुझं मला अजिबात पसंत नाही.

राधा : माझं काय तुला पसंत नाही... हे पिणं?

महादेव : ते... मी स्पष्ट कसं म्हणू? मी थोडा तुझा नवरा आहे? प्यायचं तर खुशाल पी, पण निदान मल्टिनॅशनल ब्रॅण्ड तरी नको! पक्षाच्या धोरणाविरुद्ध आहे हे! स्वदेशी ब्रॅण्ड काय कमी चढते?

[स्तब्धता.]

राधा : तुला बटाट्याची भाजी आवडते?

महादेव : हो, पण आमच्या पद्धतीची.

राधा : बटाटे भारतात पोर्तुगीजांनी आणले म्हणे.

महादेव : वाट्टेल त्याची तुलना करू नकोस. अगं, हा... फॉरिन ब्रॅण्ड कशाला?

राधा : मुक्त आर्थिक धोरणाची चव माझ्या जिभेला आणि नंतर लिव्हरला कळावी म्हणून!

महादेव : हे... हे... तुझं सगळं धोरणाविरुद्ध चाललंय. व्यसन वाईट... बायकांनी तर मुळीच पिऊ नाही.

राधा : का? बायकांनी काय घोडं मारलंय? म्हणजे कॅन्सर काय फक्त पुरुषांनाच व्हावा?

महादेव : अगं, तुझा मुलगा यंदा बारावीला ना?

राधा : म्हणून तर पितेय! बारावीची टेन्शन्स तुला काय कळणार! बारावीच्या पालकांसाठी खरं तर बोर्डानं खास बार काढायला पाहिजेत. म्हणजे निवांतपणे पेमेंट सीट, एन.आर.आय. कोटा, डोनेशनची टेक्निक्स विकसित करता येतील. बारावीची टेन्शन्स तुला काय कळणार! तू

कुठे पालक आहेस? (गंभीरपणे) ज्याची दुःखं त्यालाच कळतात. पालकांची रांग फार मोठी असते. खूप वेळ उभं राहावं लागतं.

[स्तब्धता.]

आम्हाला वेगळा बार नको काढून द्यायला?

**महादेव** : अगं, पण घरातली बाईच जर अशी प्यायला लागली...

**राधा** : ... तर मुलांवर संस्कार कोण करणार? (हसते.)

**महादेव** : अगं, हिंदी सिनेमे बघतेस ना? त्यातसुद्धा आईची म्हणून काही इमेज असते. कोणत्याही पक्षाला तुझे विचार पटणार नाहीत. सगळं धोरणांविरुद्ध चाललंय तुझं!

**राधा** : कुठल्या पक्षाला धोरण शिल्लक राहिलंय? दोनच पक्ष आता उरलेत. एक सत्तेवर असणारा आणि एक सध्या सत्तेवर नसणारा. खूप बघितलेत पक्ष आणि कार्यकर्ते. सगळ्यांच्या नजरा सारख्याच. तू मात्र... वेगळा वाटलास. (त्याच्याजवळ जात) आशू लहान असताना तिळगूळ घेऊन यायचास घरी. एकदा तर मानलेली बहीण म्हणून भाऊबीज घातली होतीस तू! आठवतं? मग मात्र चूक सावरलीस आणि आपल्या धीट नात्याची समांतर सप्तपदी चालू राहिली.... तू का नाही लग्न केलंस?

**महादेव** : कसा करणार? आधी संघात, मग आणीबाणीत तुरुंग. नंतर पक्षाचं काम करता-करता तुझ्यात गुंतत गेलो...

**राधा** : आपलं असं असणं वेगळं आणि लग्न होणं वेगळं.

**महादेव** : अगं, आपल्या दोघांपैकी एकाच झालंय ना? मग? संबंध असणाऱ्यांचं उभयतांशी लग्न होणं, ही प्रथा झाली. ती पाळली जातेच असं नाही आणि फसवणूक च्यायलाऽ कोण करीत नाही? स्त्री-पुरुष संबंधाचं एकच शुद्ध आदिम आणि खरं नातं टिकून आहे. आता तर त्यातलं प्रेम, भावना लोप पावत एक निर्मळ, शुद्ध जैविक गरज उरत चाललीय.

**राधा** : माझा नवरा हे सगळं का सहन करतो? कधीही तुझ्याविषयी संशय नाही. काही प्रश्न नाहीत, कधी चिडचिड नाही. काहीही माहिती नसल्यासारखं दाखवतो.

**महादेव** : अगं, त्याला खरंच माहिती नसेल...

**राधा** : अशा गोष्टी बरोबर कळतात. इतका कसा सोशिक हा? वाटतं, ह्याचं रक्त एकदा तपासून ह्या लोकविलक्षण सहिष्णुतेच्या जीन्स डी-कोडीफाय करून जगाला सांगाव्यात. धार्मिक सहिष्णुता इतक्या

व्यक्तिगत पातळीवर असू शकते? की, तुम्हा दोघांचा काही अलिखित गुप्त करार आहे?

**महादेव** : काय उत्तर अपेक्षित आहे? अं? आमच्या राजकारण्यांच्या भाषेत म्हणजे 'तज्ज्ञांना विचारलं पाहिजे.'

**राधा** : किंवा 'ह्यावर एक समिती नेमली पाहिजे.' (दोघे हसतात.)

**महादेव** : घरी काय सांगून आलीयस?

**राधा** : श्रावण चालू आहे सध्या! मंगळागौरीनिमित्त पक्षानी फॅशन शो ठेवलेत, तिकडे जातेय सांगून आलीय.... (घुटका घेत) पूर्वी पक्षाचे तिळगूळ समारंभ, हळदीकुंकू असायचे; आता वॉर्डा-वॉर्डाचे फॅशन शो, वॉर्ड ब्यूटी क्वीन स्पर्धा, डिस्को दांडिया... काळ बदलला.

**महादेव** : आजच्या फॅन्सी ड्रेस स्पर्धेत तू कोण?

**राधा** : मी कोण? मी माधुरी दीक्षित...(हसते) छे! मी आपली स्पर्धेची परीक्षक... माधुरी दीक्षित... (तिच्या नाचण्याची नक्कल करते.)... ह्यानं एक होतं (बिअर दर्शवीत).... आपले विचार अधिक स्पष्ट होतात आणि निःसंकोचपणाकडे प्रवास जलद सुरू होतो. सुविचार सुचतात.

**महादेव** : आता काय सुचतंय? सांग....

**राधा** : अं....हं... 'माधुरी दीक्षित जरी ब्राह्मण असली तरी पॉप्युलर कल्चर नेहमी धर्मातीत असते.'

**महादेव** : करेक्ट! पूर्वी राज कपूर-नर्गीस आता शाहरुख खान-काजोल.

**राधा** : (घुटका घेत) आता पुढचा सुविचार हं! सांगू?

**महादेव** : येस्....

**राधा** : 'पक्षीय राजकारण नेहमी जातीयवादी, तर पक्षातील स्त्री-पुरुष संबंध मात्र जातिनिरपेक्ष असतात...' म्हणजे मी ब्राह्मण, तू ओबीसी.

**महादेव** : किंबहुना, असले संबंध बहुधा विवाहबाह्य असतात...

**राधा** : व्यक्तिगत संबंधातला हा जातिनिरपेक्ष पैलू राजकारणात आणायला तुमच्या पक्षाला पन्नास वर्षे लागली. काँग्रेसचं बघा! ब्राह्मणेतर हवा खेळती ठेवली आणि कण्हत-कुथत का होईना, पन्नास वर्षे राज्य केलं.

**महादेव** : बेटर लेट दॅन नेव्हर! माझ्यासारख्याच्या रूपानी आमच्या पक्षाला सत्तेची वाट मोकळी झाली.

**राधा** : येस! बघता-बघता माझा राजकुमार सत्तेच्या जवळ आला. आता कदाचित तांबड्या दिव्याची गाडी येईल. कालच बघ... तुला सांगते,

माझ्या स्वप्नात पक्षाची राष्ट्रीय कार्यकारिणी आली. मला बाजूला घेऊन प्रवक्ते म्हणाले, 'ताई, आम्ही त्याला कॅबिनेटमध्ये घ्यायला सांगतोय सी.एम.ना'. नंतर राजभवनात शपथविधी चाललेला. माझ्या खांद्यावर कुणी हात ठेवला म्हणून वळून बघते तो... माधुरी दीक्षित! म्हणते कशी, 'अगं, घरी जा! मुलगा बारावीला ना?' मी म्हणते, 'अगं, आता महादेवला कॅबिनेटमध्ये घेतल्यावर आमचं पिक्चर सिल्व्हर ज्युबिली करणार. आशूला मॅनेजमेन्ट कोटा, नाही तर डीम्ड युनिव्हर्सिटीच्या एन्ट्रन्स टेस्टमधून सीट नक्की....' (जवळ जात) महादेव.... तू खरंच मंत्री झाल्यावर विसरणार नाहीस ना?

**महादेव** : तुम्हाला मी कसा विसरेन? यू आर माय फॅमिली! मला दुसरं आहेच कोण? तुझ्या नवऱ्याचे अनंत उपकार आहेत माझ्यावर. आमच्या गावच्या शाळेत माझे पाढे कधी चुकत नाहीत, हे क्षीरसागर गुरुजींच्या लक्षात आल्यावर त्यांनी मला वेगळं काढत मनाचे श्लोक पाठ करायला दिले. ते एका दमात पाठ म्हणून दाखवल्यावर गीतेचे अध्याय.... त्यापाठोपाठ ओघानंच गावातली शाखा. मॅट्रिकला असतानाच वडील गेले अचानक. त्यांच्या मागे तुम्ही लोकांनी माझं सगळं केलंत. आईला... बांगड्या विकून गावात किती पैसे मिळणार? संघाच्या मदतीने शहरात आलो. मुख्यालयाच्या खानावळीत सोय झाली. त्यांचीच एक डेअरी- सॉरी, दुग्धालय होतं. दूध घालत कॉलेज सुरू झालं. तुझा नवरा प्रथम दिसला इथेच. मी रतिबाला आणि तो रतिबाची वसुली करायला. नंतर इमर्जन्सीच्या मोर्चात तुझा नवरा प्रथम भेटला. त्याचेही वडील वारलेले.

[प्रकाश केंद्रित होतो. फोटोवर प्रकाश पडतो.]

तू पाहिलंस ह्यांना?

**राधा** : नाही बाई! लग्नाआधीच गेले. कशी गंमत आहे बघ. ह्या बारमध्ये आपण रोज भेटतो. जरा वळून बघितलं की, हा सासऱ्यांचा फोटो बरोब्बर दिसतो.

[प्रकाश केंद्रित. आता 'गॉडफादर भाग-१' सिनेमाची थीम ऐकू येऊ लागते.]

**महादेव** : तुझ्या नवऱ्याची खरी मैत्री झाली तुरुंगात. आणीबाणीत मोर्चा काढला म्हणून दोघेही तुरुंगात. नंतर जनता पक्षाची वाताहत संघाच्या काठावरून

बघत असतानाच आम्हाला ठरवून राजकारणात आणलं गेलं. तुझ्या नवऱ्याला सरकारी नोकरीमार्फत पक्षाच्या सीमारेषेवर राहण्याचा आदेश झाला. पक्षाच्या राज्य शाखेची आर्थिक सूत्रे तो बघतो. मला सक्रिय राजकारणात आणलं....

**राधा** : हे तुमचे विनंतीवजा आदेश किती नेमके असतात! माणसाची परिस्थिती अचूक हेरतात.

**महादेव** : आणि काही बिनसलंच, तर कमिटमेन्टसाठी धर्माचं गाजर आहेच... तुझी खरी ओळख झाली ती मात्र मुलगा लहान असताना...

[गॉडफादर थीम ऐकू येते.]

**राधा** : (हसत) तुला आठवतं? आशू लहान असताना तुला ओबीसीकाका म्हणायचा.

[फोटोवर प्रकाश केंद्रित]

**राधा** : (फोटो दर्शवीत) पंचवीस वर्षं होतील ह्यांना जाऊन उद्या.

**महादेव** : उद्या?

**राधा** : म्हणजे आज रात्री. मध्यरात्री गेले म्हणे! पाऊस पडत होता. श्रावणी सोमवारचा दिवस.

**महादेव** : मग उद्या श्राद्ध...

**राधा** : छे! तसं आम्ही काही करत नाही. फुलवाल्याला जरा मोठा हार टाकायला सांगून आलोय... आमच्या आशूचा तोंडवळा थेट ह्यांच्यासारखा...

**महादेव** : समजा, हे आज असते... तर... त्यांना हे आपलं मान्य झालं असतं?

[स्तब्धता]

**राधा** : कोण जाणे? सोसण्याची ताकद कशी येते?.... असो.... नमनाला घडाभर तेल घालून स्वतःच स्वतःच्या ओळखीची सुरुवात तर करून दिली. काही तरी कारण सांगून बारची वेळ झाली की, पावलं आपोआप ह्या जागी वळतात... आज आमच्या वॉर्डची फॅन्सी ड्रेस स्पर्धा असं कारण आहे.

[प्रकाश केंद्रित. अंधार पडला असे वाटते. फोटोवर प्रकाश. 'गॉडफादर'चे संगीत चालू.]

अंधार पडला वाटतं... चिअर्स... टू युवर सक्सेस आशू.... मनापासून अभ्यास कर... बारावीचं वर्ष.... कारण जे मी सांगितलं, तेच वडिलांना सांग.... त्यांना काही शंका येता कामा नये.... आणि तुलासुद्धा....

समजतंय ना, मी काय सांगतीय ते?... तर अंधार... इश्श... डोळे मिटले की अंधारच अंधार... हुकमी रात्र सुरू... अशीच रात्र कायमची राहिली पाहिजे.

[वरील संवाद चालू असतानाच महादेवजवळचा मोबाईल फोन वाजतो, म्हणून तो मागे जाऊन बोलू लागतो. आता अंधारून आले आहे. फोटोवर प्रकाश. 'गॉडफादर'चे संगीत चालू. बार ॲन्ड रेस्टॉरंट... ची अर्धवट पाटी चमकते. नंतर फक्त फोटोवर प्रकाश. संगीत चालू.]

[अंधार.]

## अंक पहिला
### प्रवेश दुसरा

[एकोणीस वर्षांचा तरुण मुलगा संध्याकाळी अभ्यास करीत घरात बसला आहे. मागील प्रवेशातील नेपथ्याच्या खुणा अंधुक दिसाव्यात. हा तरुण आशुतोष. तो अस्वस्थ आहे. अभ्यासात मन गुंतवू पाहतोय. काही वेळानंतर वडील प्रवेश करतात. वय अंदाजे ४८-५०. बाजूलाच पहिल्या प्रवेशापासून दिसणारा आशुतोषच्या दिवंगत आजोबांचा फोटो. आशुतोष वडील आल्याचे पाहतो, पण फारशी दखल घेत नाही. प्रवेश सुरू होण्याआधी फोटोवर जास्त प्रकाश. मग अन्य दृश्य दिसते. वडील आत जाऊन तोंड धुऊन येतात.]

**वडील** : चहाऽऽ!

[आशुतोष अभ्यासात मग्न आहे असे दर्शवीत बाजूला असलेल्या थर्मासकडे बोट दाखवतो.]

**वडील** : (चहा ओतून घेताना) स्वतःच्या घरी थर्मासमधून चहा म्हणजे अगदी हॉस्पिटलमध्ये असल्यासारखं वाटतं! हंऽऽ मग.... काय म्हणतोय अभ्यास?

[आशुतोष गप्प. वडील चहा पितात. काही क्षण शांतता. अस्वस्थता जाणवते. पुन्हा वडील काही म्हणणार इतक्यात....]

**आशुतोष** : मग, काय म्हणतोय अभ्यास?

(शांतता. वडील चहा पितात. गप्प.)

**आशू** : मग- काय विचारतोय मी? काय म्हणतोय अभ्यास?

**वडील** : अरेऽऽ असं काय....

**आशू** : काय म्हणतोय मी? बोल ना- काय म्हणतोय अभ्यास? (आशू हातातली फूटपट्टी जोरात टेबलावर मारतो. वडील दचकतात.) उत्तर

देता येत नसेल तर म्हणाऽऽ म्हणाऽऽ काय म्हणतोय अभ्यास? (पट्टी आपटतो) काय म्हणतोय अभ्यास?

**वडील** : काय म्हणतोय अभ्यास?

**आशू** : क्लासेस काय म्हणतायत? म्हणाऽऽ (पट्टी आपटतो)

**वडील** : क्लासेस काय म्हणतायत?

**आशू** : यंदा बारावी ना? म्हणाऽऽ

**वडील** : यंदा बारावी ना?

**आशू** : त्या डॅश-डॅशचा मुलगा बघा, नाही तर तुम्ही! म्हणाऽऽ

**वडील** : त्या डॅश-डॅशचा मुलगा बघा, नाही तर तुम्ही!

**आशू** : त्या टिंब-टिंबची मुलगी बघा, नाही तर तुम्ही!

**वडील** : त्या टिंब-टिंबची मुलगी बघा, नाही तर तुम्ही!

**आशू** : त्या क्लासपेक्षा हा क्लास चांगला. म्हणाऽऽ

**वडील** : त्या क्लासपेक्षा हा क्लास चांगला.

**आशू** : हुशार आहेस, पण कॉन्सन्ट्रेशन कमी.

**वडील** : हुशार आहेस, पण कॉन्सन्ट्रेशन कमी.

**आशू** : (वेडावत) यंदा बारावी ना? म्हणाऽऽ

**वडील** : यंदा बारावी नाऽऽ!

**आशू** : इंजिनिअरिंगला जाणार ना?

**वडील** : इंजिनिअरिंगला जाणार ना?

**आशू** : अमुकला क्लोज झाली ॲडमिशन.

**वडील** : अमुकला क्लोज झाली ॲडमिशन.

**आशू** : त्या टिंब-टिंबला मिळाली नाही गेल्या वेळेस.

**वडील** : त्या टिंब-टिंबला मिळाली नाही गेल्या वेळेस.

**आशू** : मेडिकलचा तर विचारच नको!

**वडील** : मेडिकलचा तर विचारच नको!

**आशू** : अठरा वर्षे पुरी झाली ना?

**वडील** : अठरा वर्षे पुरी झाली ना?

**आशू** : मतदार झालात!

**वडील** : मतदार झालात!

**आशू** : आपली जात कुठली?

**वडील** :ब्राह्मण! ब्राह्मण!

**आशू** :मोठ्यानी!

**वडील** :ब्राह्मणऽ ब्राह्मणऽऽ!

**आशू** :मंडल, मंडल म्हणाऽऽऽ

**वडील** :मंडल, मंडल.

**आशू** :मोठ्यानीऽऽ

**वडील** :मंडलऽ मंडलऽऽ

**आशू** :पुन्हाऽऽ

**वडील** :मंडलऽ मंडलऽऽ

**आशू** :अरे, मारली कुणी?

**वडील** :मंडलनी मारली!

**आशू** :असे संस्कार, संस्कार...

**वडील** :संघ, संघ.

**आशू** :आपली जात-

**वडील** :ब्राह्मण! ब्राह्मण.

[शांतता]

[दोघे आता फोटोपाशी आले आहेत.]

**वडील** :अरे, घरं जाळली कुणी?

[स्तब्धता. आशूला काही उमगत नाही.]

**वडील** :सांग ना- घरं जाळली कुणी? (फोटो दर्शवत) हे सांगायचे, गावी घर होतं आपलं. जाळलं ते लोकांनी. ४८ साली गांधींचा खून झाल्यावर... कारण आपण ब्राह्मण!

[स्तब्धता]

**आशू** :(वडिलांना चहा देत) घ्या!

**वडील** :(विचार करून) आई दिसत नाही?

(दोघे एकमेकांकडे बघतात. मुलगा टेन्स)

कामाला गेली असेल ना ती?

[आशू होकारार्थी मान हलवतो.]

तिला- तुझ्या आईला यायला उशीर होणार असेल?

[आशू बोलत नाही, होकारार्थी मान हलवतो. ताण जाणवतो.]

तिला– तुझ्या आईला यायला खूप उशीर होणार असेल?
[स्तब्धता.]
[आशू मान होकारार्थी हलवतो.]
सोनार येऊन गेला?
[आशू बोलत नाही.]
मी काय विचारतोय? सोनार येऊन गेला का?
[आशू होकारार्थी मान हलवतो.]
सोनार आला त्या वेळी राधा होती?
[आशू नकारार्थी मान हलवतो.]
आईचं बाहेर जाण्याचं कारण?
[स्तब्धता.]
काही बोलली असेल? कारण नक्कीच सांगितलं असणार! खरं तर बाहेर जाण्याच्या कारणांचा तिने कॉम्प्युटर प्रिंटआऊट काढून द्यायचा.... काय आहे आजचं कारण?

**आशू** :आजचं कारण.... मैत्रिणीच्या मुलीची मंगळागौर... विसरलो.

**वडील** :राधेचा काही निरोप?

**आशू** :निरोप आहे. ती म्हणाली, बाबांना सांग श्रावण आहे. देवापुढे दिवा लावा आणि मगच सोडा उघडा. (हसतो.)
[पाठीमागे मागच्या प्रवेशाप्रमाणे असलेल्या दृश्यात राधा अंधुक हसताना दिसते.]
श्रावणऽ श्रावण! (वेडावत) यंदा बारावी ना?

**वडील** :चावट आहेस. जोरात अभ्यास करा. कॉम्पीटिशन फार वाढलीय. त्यात आपण...

**आशू** :ब्राह्मण! ब्राह्मण!
[स्तब्धता]

**वडील** :सोनार येऊन गेला?
[स्तब्धता]
आशू, सोनार येऊन गेला का?

**आशू** :आयलाऽ सांगितलं की तुम्हाला, येऊन गेला म्हणून! आईचा निरोप पण दिला. अभ्यासात व्यत्यय नको म्हणून तिने थर्मासमध्ये चहा ठेवलेला

तुम्ही ढोसताय आणि हो.... (फुलाचा मोठा पुडा दाखवत) मोठा हार आणून ठेवलाय उद्यासाठी!

**वडील** : उद्यासाठी?

**आशू** : (फोटो दर्शवीत) ह्यांचे श्राद्ध उद्या...

**वडील** : खरंच की!

[फोटोवर प्रकाश]

उद्या अप्पांचं श्राद्ध! अचानक गेले हे...

[स्तब्धता]

[सोनाराने दिलेले भारी दागिने आशू टेबलाखालून काढतो. अंगावर घालत असताना वडील बघतात.]

**आशू** : हे देऊन गेला सोनार.

**वडील** : अरे, नीट ठेव... काय चाललंय तुझं? दागिने असे फिरवू नकोस...

**आशू** : का? हार किमती आहे? सोनं अस्सल आहे? बाबा.... कम्.... कम... हियर... कम् कम् कम्... सिट... रिलॅक्स (वडील तो म्हणतो तसे करतात) नीट बसा बाबा, घाबरू नका. हे सगळं तुमचं आहे बाबा... हे घर... हे सोनं.... तुम्ही हेड ऑफ द फॅमिली! आमचे कुटुंबप्रमुख. मी तुमच्या घरात राहतो... बघा... असा चेहरा पाडू नका... भाडेकरू असल्यासारखे बघू नका! शांतपणे बसा... माझ्या नजरेला नजर द्या आणि सांगा... हे सोनं... येतं कुठून? तुमच्या सरकारी पगारात हे सगळं बसणं शक्य नाही... मला सांगा... आर यू करप्ट? तुम्ही पैसे खाता? घाबरू नका, स्पष्ट सांगा... तुम्ही पैसे खाता का?

[स्तब्धता.]

**वडील** : असे... असे प्रश्न मुलं आपल्या वडिलांना विचारीत नसतात.

**आशू** : मान्य! पण हा सोनार का येतो? तुमच्या सरकारी नोकरीतला पगार आणि आपली ही लाईफस्टाईल- याची सांगड कशी घालू? आपल्याला हे सगळं कसं परवडतं? किती उत्तम संस्कार तुमच्यावर बाबा! लहानपणी संघ, गुरुपौर्णिमा. तुम्ही कर्मकाण्ड टाळता, पण घरीच्या घरी माझी मुंज लावलीत. जानवं कधी तुम्ही घातलं नाही, पण कधी काळी घातलेल्या जानव्याचा स्पर्श तुमच्या चेहऱ्यावर स्पष्ट दिसतो. टीव्ही चॅनल बदलावा तितक्या निर्विकारपणे तुमच्याबरोबर मीही देवाला नमस्कार करतो.

काश्मीरच्या ३७० कलमाचा तुमच्याबरोबर मलाही संताप येतो. सहा डिसेंबरला बाबरी मशीद पाडल्यावर लावलेल्या हजार फटाक्यांच्या माळेच्या उजेडात दिसलेला तुमचा कृतार्थ चेहरा मी कसा विसरेन बाबा? प्रत्येक वेळी सोनार येतो, तेव्हा अशीच फटाक्यांची माळ फुटत असते माझ्या डोक्यात. अभ्यास होत नाही माझा. च्यायलाऽ पगार केवढा तुमचा आणि केवढी आपली मिळकत!

[स्तब्धता.]

**वडील** : आशू... तुझं काही तरी बिनसलेलं दिसतंय. डोक शांत ठेव आणि अभ्यासावर लक्ष केंद्रित कर.

**आशू** : कसा? कसा करू? अजून मागच्या वर्षीच्या इंजिनिअरिंग, मेडिकलच्या ॲडमिशनचा पत्ता नाही. सगळं च्यायलाऽ कोर्टात. कसली वाईट सिस्टीम आमच्या वाट्याला दिलीत तुम्ही? स्वातंत्र्याचा सुवर्णमहोत्सव होऊन गेला... ह्या... सगळ्या मंत्र्यांना आणि ब्यूरोक्रॅट्सना टाडा लावून त्यांच्या मेंदूचा क्रिमिलेअर खरवडला पाहिजे!

**वडील** : (मोठ्याने) कुणी?

[स्तब्धता]

कुणी लावायचा टाडा? कोणत्या व्यवस्थेनं? उगाच हिंदी सिनेमासारखा बोलू नकोस. कायदा हातात ठेवून राज्य नाही करता येतं. कायद्याचा अर्थ सतत आपल्या बाजूचा लावून ताब्यात ठेवता येत सगळं... नाही तर आपल्या बाजूचेच कायदे रचावे लागतात शिताफीनं. मग राहतं ताब्यात सगळं. ऐक!

[गॉडफादरची थीम वाजते. फोटोवर प्रकाश केंद्रित.]

(फोटो दर्शवीत) ह्यांची फार इच्छा होती मी वकील, नाही तर निदान आय.ए.एस्. व्हावं! पण नाही जमलं नाही मला. अचानक....गेले हे... मागे मी आणि आई. ती सतत आजारी... बारीक ताप सारखा. टी.बी. निघाला. कसाबसा कॉलेज करताना अचानक आणीबाणी जाहीर झाली. संताप आला सगळ्याचा. पुन्हा संघ सुरू झाला. त्यांच्या डेअरीचं काम बघत होतो. कोर्टाचा निकाल इंदिरा गांधींच्या विरुद्ध गेला म्हणून आणीबाणी. कॉलेजचं वातावरण तापलेलं. काँग्रेस विरुद्ध सगळे एक झालेले. मनात खळबळ. नक्की काय करावं, कळत नसतानाच मोर्चात

सामील झालो. कानांत संघाच्या घोषवृंदाचं बिगुल घुमलं.
[गॉडफादरची थीम]
त्या आवाजाचा अर्थ लावत पुन्हा संघस्थानी आलो. तुरुंगात गेलो. पण मजेचा तुरुंग. तिथेही गट. भांडणं. सगळ्यांबरोबर मी पण सुटलो. राजकारणाची बघितलेली स्वप्नं जनता पक्षाबरोबर फुटत गेली. फायदा एवढाच की, ही नोकरी मिळाली. हाती लागलेला 'भाजपा'चा तुकडा घट्ट धरून त्याच्या भोवती घोंगावतो आहे. पक्षाचा विश्वासू म्हणून पैशांची कामं येत गेली. एकदा तळं राखायचं म्हटल्यावर पाणी चाखणं आलं.... पैसे जमवणं जमतं पक्षाला. पण सत्ता नीट राबवण्याची बोंब. चार राज्यांत आलं होतं. घालवलं! मशिदी पाडून व मुसलमानांना भेदरत ठेवून किती दिवस लोकांना फसवणार? कारण...

**आशू** :(टाळ्या वाजवत) वा! टेरिफिक! जबरदस्त कॅरॅक्टर आहे तुमचं! पण बोलतंय किती? किती बोलतंय? अंऽ? हे बघा, गेली पंचवीस वर्षे तुम्ही कुठे काशी घातलीत, ह्याच्याशी मला काही घेणं नाही. मुद्द्याला या! कम् टू द पॉइंट डॅडी! ज्या भ्रष्टाचाराची बोंब देशभर चालू आहे, त्याचा मूळ स्रोत जर माझ्या घरात असेल; तर ती गंगोत्री मला दाखवा. डॅड, मी तुमच्या विरुद्ध नाही. वुई आर ऑन द सेम साईड. मी भ्रष्टाचाराच्याच बाजूचा आहे. पैसे खाता, पैसे खाता म्हणजे- ॲक्चुअली तुम्ही काय करता, ते मला समजावून सांगा. त्याचे संस्कार मला मार्गदर्शक ठरतील. कम ऑन डॅड, लेट मी नो द डायनॅमिक्स ऑफ करप्शन! शेवटी तुमचाच मुलगा. डॅड... आय ॲम कन्फ्यूज्ड! मी कोणाकडे आशेनं बघू? कुठल्या तत्त्वाकडे, कुठल्या पक्षाकडे...? सालेऽ सगळे एकाच छापाचे गणपती, विसर्जनाच्या मिरवणुकीत उभे! सगळ्या मूर्ती सारख्याच. आरास तीच. फक्त एक बारीक डोळ्यांची चिनी गणपतीची आरास तेवढी वेगळी.... सांगा ना, कोणत्या तत्त्वाचा विचार करू? कोणत्या व्यवस्थेला आपली मानू...? अभ्यास... माझा होत नाही... विचारांच्या लडीवर लडी येत राहतात. डोकं फुटायला येतं माझं....

**वडील** :विज्ञानाला शरण जा.

**आशू** :हे तुम्ही सांगता? तुमच्या पक्षाला का नाही सांगत? विज्ञानाची कास

धरू, म्हणजे काय करू? दुसऱ्या देशांच्या उपग्रहांची शिकार? त्यानं मनःशांती मिळेल? मग ध्यानधारणेचं काय? ज्याची कास तुम्ही धरलीत, त्या धर्माचं काय?

**वडील** : हे बघ.... (गप्प होतात. अस्वस्थ आहेत.)

**आशू** : येस्... काय? अंऽ काय बघू?

**वडील** : जमेल तसं.... जमेल तसं कर. सगळं.... हे सगळं कॉकटेल असतं चुत्याऽऽ बापाला शिकवतोय!

**आशू** : तशी वेळ आणलीत तुम्ही. अहो बाबा किंवा पपा किंवा डॅड नाही तर वडील– तशी वेळ तुम्ही आणलीत जन्मदाते! शाळेच्या प्रवेशाचा फॉर्म भरल्यापासून सवर्णभीतीचा ब्राह्मणगोळा माझ्या पोटात वाढतोय. बारावीच्या रिझल्टला ठरणार की ९५ टक्केवाला मी हुशार सवर्ण, की बिनडोक सवर्ण! ९५ टक्क्यांवरचे मनाला येईल तेच करणार. उरलेल्या बिनडोक सवर्णांच्या आकांक्षेला तुमची व्यवस्था नखच लावते. कोमेजलेल्या ९५ टक्क्यांखालच्या बिनडोक सवर्णांना तुम्ही सांगणार की, तुमच्या बापजाद्यांचा हा कॉन्स्टिट्युशनल बदला आहे. बापाकडे पैसे असतील किंवा बाप करप्ट असेल तर पेमेंट सीट मिळेल, अन्यथा तुमच्या आकांक्षेला लागेल अश्व! म्हणून तुम्हाला शिकवावं लागतंय...

[वडील गप्प, अस्वस्थ]

....अहोऽ बोला की! मी क्लू दिलाय... माझ्या पेमेंट सीटसाठी पैसे खाताय, असं तरी सांगा... घाबरू नका बाबा... मी काही धाड घालायला आलेला ई.डी. किंवा सी.बी. आय. ऑफिसर नव्हे.. अहो, मी म्हणजे तुम्हीच आहात...! माझ्या अनेक मित्रांचे बाबा पैसे खातात. आमचा एक छोटा ग्रुपपण आहे. पैसे खाणाऱ्या बापांच्या मुलांचा क्लब! आम्ही नेहमी चर्चा करतो, आपापल्या वडिलांच्या करप्शनची. घाबरू नका, आपण सगळे मिळून हा मूलमंत्र जपू! विरोध होण्याचा प्रश्नच नाही, कारण कोणत्याही पार्टीपुढे करप्शन हा इश्यू नाही. हा एक विकासाचा अंगभूत भाग आहे, असे सगळे म्हणतात.

[वडील गंभीर. फोटोकडे बघत आहेत. स्तब्धता]

चहा आणू बाबा? खायला करू काही?

**वडील** : पंचवीस वर्षे होतील अप्पांना जाऊन... उद्या...

आशू :हंऽ सिल्व्हर ज्युबिली म्हणायची! हे काय करायचे?

वडील :काय करायचे हे? काय करायचे बरं... समज- होते शाळामास्तर. पुढे?

आशू :शाळामास्तर म्हणजे बालवाडी... प्राथमिक शाळा?

वडील :माध्यमिक शाळा. पाचवी ते दहावी, त्या वेळची अकरावी.

आशू :इंग्लिश की मराठी मीडियम?

वडील :अर्थात मराठी मीडियम!

आशू :तुम्हाला पण शिकवायचे घरी?

वडील :हो, नियमित.

आशू :तरी मग तुमची शिक्षणात बोंब का झाली?

वडील :कारण... बेताचा वकूब....

आशू :कोणाचा? तुमचा की त्यांचा?

वडील :दोघांचा! अगदी मॅचिंग होता समज.

आशू :म्हणजे आत्ताच्या काळात तुमची पेमेंट सीट. (वडील खांदे उडवतात. गंभीर आहेत.) अचानक गेले?

वडील :अंऽऽ काय?

आशू :हे अचानक गेले का?

वडील :(फोटोकडे पाहात) अगदी अचानक. शाळेतून आले. मी नोकरीच्या शोधात. आई घरी आजारीच होती. तिचं औषध घेऊन आले. घसा खवखवतोय म्हणाले... एकदम गेलेच...

[शांतता]

आशू :तुम्ही आजोबांच्या शेजारी आजीचा फोटो नाही लावलात? ती पण नंतर गेली ना?

वडील :लावायला हवा होता... विसरलो.

आशू :विसरलात? आईचा फोटा लावायला?

वडील :तिनं छळलं फार.. म्हणजे तिच्या आजारानं आणि स्वभावानं. हेकेखोर आणि संशयी स्वभाव... कशात समाधान नाही. त्यात टी.बी. औषध खात-खात गेली. इतकं केलं तिचं मी... शेवटी सगळं अंथरुणात.. ती गेल्यावर फोटो लावण्याचं त्राणच नाही राहिलं... वाटायचं- लावला फोटो, तर येईल खोकत परत...

[स्तब्धता.]

**आशू** : चहा आणू आणखी?

**वडील** : (एकदम येरझारा घालत) आशुतोषऽऽ

**आशू** : मी इथेच आहे बाबा....

**वडील** : (उत्साहाने) आशुतोषऽऽ आशुतोषऽऽ

**आशू** : मी तुमच्या अगदी छायेत आहे बाबा...

**वडील** : लेका, सूर्य मावळतो कुठे?

**आशू** : पश्चिमेला....

**वडील** : मग जा- सूर्य मावळला का, बघून ये!

**आशू** : (जाता-जाता) येस् बाबा, येस! दिवस क...ल...ला. तिन्हीसांजा टळून अंधार पडलाय.

**वडील** : मग जा तर स्वयंपाकघरात...

**आशू** : बाबा, आईचा निरोप आहे. आधी देवापुढे दिवा लावा, मग सोडा उघडा! सोड्याचं मी बघू, दिवा तुम्ही लावता- की व्हायसे व्हर्सा?

**वडील** : सोड्याचं मी बघतो, तू दिव्याचं बघ! वंशाचा दिवा ना लेका तू आमच्या... (फोटोकडे पाहत) ह्यांच्यापुढे पण लाव एखादी उदबत्ती. हार उद्या घालायचाय. आज उदबत्ती लावली म्हणजे वातावरणनिर्मिती होईल. जरा धूळ पुसली पाहिजे. (फडक्याने फोटो पुसू लागतो.)

**आशू** : तुम्ही बसा, मी सगळं करतो.
(आतून) तुम्हाला काय? व्हिस्की... रम...

**वडील** : (फोटो पुसता-पुसता) श्रावण चालू आहे सध्या. आशू, श्रावणात मी फक्त स्कॉच घेतो बेटा.
(आशू आतून ड्रिंक तयार करून आणतो. ते देताना...)

**आशू** : चिअर्स! (फोटो दर्शवीत) हे पण घ्यायचे?

**वडील** : (फोटोला) हे? छे! छे! ही वॉज् अ टी टोटलर! उगा गेल्या माणसाबद्दल वाईट कशाला बोला! कुणी पाहिलंय! उद्या मी गेलो, तर संघस्थानी माझ्याबद्दल आदरानीच बोलणार. ह्यानं पक्षासाठी पैसे गोळा केले म्हणणार. स्वतःसाठी केले, असं कोण म्हणणार नाहीत. गेलेला प्रत्येक जण पुण्यात्मा असतो बेटा! कोणत्या पक्षात कोणाचा कटूआऊट कधी उंच होईल, हे सांगता नाही येत! तेव्हा... ते निर्व्यसनीच होते, असं समज...

**आशू** :स्कॉच कोण आणून देतं? म्हणजे (दागिने दर्शवीत) हे जसं सोनार आणतो, तसं स्कॉच कोण आणतं?

[स्तब्धता.]

**वडील** :प्रवक्त्याने ह्यावर बोलण्यास नकार दिला.

[स्तब्धता.]

**आशू** :मस्त वातावरण आहे. बाहेर पावसाची भुरभुर. रातराणीचा सुगंध. जोडीला दागिन्यांची ऊब. देशाच्या स्वातंत्र्याचा सुवर्णमहोत्सव होऊन गेलेला आणि ह्यांच्या डेथ ॲनिव्हर्सरीची सिल्व्हर ज्युबिली... टेरीफिक! ह्यात माझा अभ्यास होता, तर सोन्याहून पिवळं!

**वडील** :मन शांत ठेवावं आणि अभ्यासाला लागावं.

**आशू** :तुम्ही घ्या! संपला की भरून आणतो. तुम्ही फक्त बोलत राहा बाबा! तुम्ही दारूनी आणि मी तुमच्या विचारांनी टाईट होत जाणार आहे किंवा असं समजा– मी तुम्हाला टाडाखाली स्पेशल कोर्टात आणलंय. साक्षीला हा फोटो. फॅमिली टाडा कोर्ट.

**वडील** :दारू पिणं वाईट. दारूनी माणसाचा विवेक जातो, असं सांगायचे हे! चिअर्स!

[शांतता]

**आशू** :तुम्हाला कधी गिल्ट वाटतो? पैसे खाल्ल्याचा?

**वडील** :(एकदम उसळून) अरेऽ खाल्लेऽ पैसे! आयलाऽ खाल्ले! दहा सोनार येतील, पंधरा येतील घरी. आपण पैसे केले. गेल्या दहा पिढ्यांत नसतील तेवढे केले. कुठल्याही मोठ्या उद्योगपतीला विचार. तो हेच म्हणतो, 'आय क्रिएट वेल्थ! वेल्थ फॉर द नेशन!' मी हेच म्हणतो, 'आय क्रिएट वेल्थ फॉर माय पार्टी!' माझ्यामार्फत घेतलेले पैसे पार्टीच्या कल्याणासाठी असतात. इलेक्शनला पैसा आणणार कुठून? कार्यकर्त्यांना पगार द्यायचा कसा? उघड घ्यायला बंदी म्हणून माझ्यामार्फत घेतो आणि त्याचा मला अभिमान आहे. अनेक संस्थांना पार्टी मदत करते. सक्रिय राजकारणाच्या सीमारेषेवर आमचा मुक्काम. भुकेकंगाल राहून पक्षसेवा इतिहासजमा झाली. एखादा उद्योग चालवावा तसा आम्ही पक्ष चालवतो. पैशाची कामं तोंडी विश्वासावरच चालतात. कारण सगळा बेहिशेबी मामला. मैत्री महत्त्वाची. ती जोपासायची, मग तो उद्योगपती

असो वा खात्याचा सेक्रेटरी... खाल्ले पैसे, मजबूत खाल्ले! पण मन स्वच्छ आहे. बुद्धी शाबूत आहे...
(फोटोकडे पाहत) उद्या सिल्व्हर ज्युबिली... आज उदबत्ती तरी पेटव... हार कुठाय?

**आशू** : हार उद्यासाठी आहे बाबा! द्या... मी भरून आणतो...
(ग्लास घेऊन उठतो)

**वडील** : (फोटोपाशी) 'बाळाचा हा चेंडू मोठा वाटोळा
बाळाची ही पिपाणी पी पी वाजते'
हे शिकवायचे आम्हाला लहानपणी, बरं का... म्हणा...
आसही तुझी फार लागली
दे दया नि दे बुद्धी चांगली
देऊ तू नको दुष्ट वासना
तूची आवरी आमुच्या मना.
पिता माता बन्धू तुजविण नसे कोणी मजला
बहु मी अन्यायी परी सकल लाजही तुजला
न जाणो मी काही जपतपक्रिया साधनविधी
कृपादृष्टी पाहे शरण तुज आलो मी रघुपती
जेथे जेथे मन माझे जाईल हे माझे
तेथे तेथे तुझे रूप दिसो
ऐसी मज सवय लावी निरंतरी
जन्मोजन्मांतरी केषीराया... (हसतो.)
हसतायत बघ भाऊ... फोटोतून हसतायत बघ. म्हणतायत बघ- कशी मारली तुमची... आधी जाऊन... बघ...
[शांतता]

**आशू** : (ग्लास देतो) तुम्ही घाबरलायत बाबा!

**वडील** : मी... नाही. घाबरलो नाही. हा माझा फोडलेला टाहो आहे. ह्या ब्राह्मणांचं हे अरण्यरुदन आहे. ह्या कानाचं त्या कानाला कळणार नाही. सगळं गुपचूप-गुपचूप, जणू आपलं नावच गुपचूप! आशुतोष, आपण पायावर पडणार. आपल्याला कसेही टाका, आपण पायावर पडणार! मंडल आणा, मंडलाचा बाप आणा- आम्ही पायावरच पडणार. खुब्या शोधू, कायद्याचे

अर्थ लावू... सगळं गुपचूप-गुपचूप... चल, पुढचा मुद्दा घे!

**आशू** :समजा... हं... तुम्ही पाटबंधारे खात्याचे अधिकारी आहात.

**वडील** :(हसत) लेका, इरिगेशन म्हणजे चैनच. सिमेंट हा मूलमंत्र जपा! अंतुलेंच्या काळात खूप मिळाले. तुझ्या आईची पहिली मोहनमाळ तेव्हाचीच. अंतुलेंच्या काळात राधेच्या मोहनमाळेची सोय व्हावी, ह्यातला सर्वधर्मसमभाव ध्यानात घे! चल, पुढलं खातं...

**आशू** :होम मिनिस्ट्रीचा डेस्क ऑफिसर.

**वडील** :म्हणजे बदल्या... पोलीस अधिकाऱ्यांच्या बदल्या! चैन पार्टीची आणि आपलीसुद्धा. सिंहगडजवळच आपलं फार्महाऊस तेव्हाचं...पुढे.... बोल... वाट्टेल ते विचार! (समजावून सांगत).... हे बघ... खात्याचा मंत्री आणि सेक्रेटरीमधून करप्शनचा झरा अखंड वाहत असतो. अधाशीपणा न करता, मस्तवालपणा न करता आपल्याजोगी ओंजळ अलगद भरून, जो पार्टीकडे प्रवाह वळवील- तो राजा! सतत खालच्या मानेनं राहायचं. अहंकारी असता कामा नये. माणुसकी ठेवावी लागते. हाताखालच्या माणसांचं जाळं उभं करावं लागतं. मंत्री आणि सेक्रेटरी यांचा होरा सांभाळावा लागतो. दगड का मातीचा खेळ! कधी कोण दगड होईल, त्याचा नेम नाही. पैसे खाणं म्हणजे लेका, जबाबदारीचं काम. पार्टीचे अनेक कार्यकर्ते कुठे कुठे वणवणत असतात, त्यांना आधार असतो. मी त्यांना जास्त जवळचा वाटतो बेटा. अनेकांची गुपितं पोटात ठेवून स्वतःच्या भावनांना आवर घालत चालणारा हा प्रवास. प्रसंगी भ्रष्टाचारनिर्मूलन आंदोलनालासुद्धा मदत द्यावी लागते.

**आशू** :उद्या आपल्या घरी धाड पडली तर?

**वडील** :तर मी म्हणेन, घेऊन जा जे सापडेल ते. चैन करा. ते माझं नाहीच आहे. माझं मन स्वच्छ आहे. मी स्वतःसाठी काहीही घेतलेलं नाही. जे घेतले ते नगण्य हँडलिंग चार्जेस आहेत! नित्संगता आहे माझ्यात. ह्या सगळ्याकडे पाठ फिरवून फकीर होण्याची ताकद आहे माझ्यात. आणि तशी वेळच येणार नाही, असे व्यूह रचण्याची चलाखीदेखील आहे आपल्यात. आपलं सगळं गुपचूप-गुपचूप... जणू आपलं नावच गुपचूप!

(ग्लास देत) घे! जेवायला चला...

आशू :आई अजून आली नाही घरी...

वडील :हो, तिला यायला उशीर होणार... नेहमीसारखा. (ताण जाणवतो.)

आशू :हो! येताना पार्सल घेऊन येईन म्हणाली... बाबा...

वडील :(पेंगुळलेले) अं...

आशू :आई...

वडील :आईचं काय... मी आत जाऊन पडतो... आली की सांग.

[मागे आई धूसर दिसते.]

आशू :(स्वतःशीच) समजा, आई नाहीच आली तर? कधीच म्हणजे.... सांगा ना... मी कसा करू अभ्यास...? हंऽ दागिने... आई आलीच नाही तर...? (आशू रडवेला)

[फक्त आशू आणि फोटोवर प्रकाश. मागील प्रवेशाप्रमाणे मागे राधा दिसते. जणू ह्या प्रवेशाची ती एक प्रेक्षक होती, असे वाटते. गॉडफादरची थीम वाजते. फोटोमागून 'अप्पा' बाहेर येतात. आई अंधारात. आशू चपापतो. अप्पा मिश्किलपणे त्याच्याकडे पाहत डोळे मिचकावतात. शूऽऽ म्हणत तोंडावर बोट ठेवतात. 'आशू'देखील त्याचे वय थोडे लहान झाल्याच्या थाटात बोलतो.]

आशू :आजोबाऽऽ तुम्ही... फोटोतून चक्क.... बाबाऽऽ

अप्पा :शूऽऽ त्याला झोपू देत....

यदा यदा हि धर्मस्य ग्लानिर्भवती भारत।
धर्मसंस्थापनार्थाय संभवामि युगे युगे।।

आशू :ग्रेट! वेलकम् बॅक टू द प्लॅनेट अर्थ आजोबा! मिरॅकल्...! उद्या तुमचं श्राद्ध आणि आज....

अप्पा :शूऽऽ! आमचं थोडं सिंड्रेलासारखं आहे. रात्री १२च्या आत आम्हाला परत फोटोत गेलं पाहिजे!

आशू :आणि नाही गेलात तर?

अप्पा :तर लेका, हार कोणाला घालणार? रिकाम्या फोटोफ्रेमला?

आशू :तुम्ही... का आलात?

अप्पा :तुला बघायला... खरं तर तुझ्या आईला बघायला. फार ऐकून आहे तिच्याबद्दल. सूनमुख बघितलं नाही.

आशू :आजी पण येणार आहे?

**अप्पा** :ते मी काय सांगू? डेथ ॲनिव्हर्सरी माझी आहे, तिची नाही. लेट हर कॉफ् इन पीस! तुला भूक लागलीय?

**आशू** :हो! तुम्हाला कसं कळलं? चला, आपण पिझ्झा ऑर्डर करू.

**अप्पा** :(पिझ्झा देत) हा घे!

**आशू** :आयलाऽऽ कमाल झाली आजोबा!

**अप्पा** :खा, शांतपणे सावकाश खा! (प्रेक्षकांना) पोराला जरा खाऊ द्या! एक दहा मिनिटांचा मध्यंतर.

[गॉडफादरची थीम चालू. अंधार.]

**पडदा**

## अंक दुसरा

[रंगमंचावर एकाच वेळी दोन स्थळे. एका भागात आशू पिझ्झा खाताना दिसतो. फोटोची रिकामी फ्रेम. आणि दुसऱ्या भागात बार किंवा रेस्टॉराँ वाटेल अशी मागील अंकातील नेपथ्यासमवेत राधा. मागील अंकातील नेपथ्याची मांडणी वेगळ्या कोनातून केली तरी चालेल.]

**आशू** : आजोबाऽऽ तुम्ही का आलात?

**अप्पा** : तुला बघायला... खरं तर तुझ्या आईला बघायला. फार ऐकून आहे तिच्याबद्दल. सूनमुख बघितलं नाही. खा... सावकाश.... ठसका लागेल....

**आशू** : आजी पण येणार आहे?

**अप्पा** : ते मी काय सांगू? डेथ ॲनिव्हर्सरी लेका माझी आहे, तिची नाही. लेट हर कॉफ् इन पीस!

[वरील संवाद चालू असतानाच राधा दिसते. तिची बिअर संपल्यामुळे ती वेटर कधी येईल म्हणून अस्वस्थ. इकडे-तिकडे बघते... शेवटी हाक मारते. 'वेटरऽऽ! वेटरऽऽ!' ही हाक घुमत जाते. प्रत्येक हाकेला भाऊ चपापतात. आवाजाचा वेध घेतात. त्यांना राधा दिसते. आशू पिझ्झा खाण्यात मग्न. पुन्हा 'वेटर' अशी हाक घुमत जाते. आशूला हे काही ऐकू येत नाही किंवा दिसत नाही. अप्पा उठतात आणि जाऊ लागतात.]

**आशू** : कुठं निघालात आजोबा?

**अप्पा** : नाही, जरा पाय मोकळे करून येतो. फोटोत कायम छातीपर्यंत बघायची सवय! इतक्या वर्षांनी आज पाय दिसले... जरा चालून येतो...

[अप्पा चालत राधेच्या दिशेने. तिच्या हाका मधूनच घुमत आहेत. पिझ्झा खाणारा आशू आता अंधुक प्रकाशात. अप्पा राधेच्या रोखाने जातात. त्यांच्या हातात बिअरचा कॅन. पुढे होत तो राधाच्या टेबलावर ठेवतात.]

आशू : किती उशीर! मघापासून हाका मारतीय...

अप्पा : सॉरी...

[अप्पांच्या चेहऱ्यावर अंधुक प्रकाश. अप्पा तसेच उभे.]

राधा : येस्.... थांबलात का?

अप्पा : हो... म्हणजे नाही... बघायचं होतं...

राधा : कुणाला?

अप्पा : तुम्हाला...

राधा : (हसत) का? बाई कधी बघितली नाही?

अप्पा : तसं नाही... बायको बघितली, पण सून नाही बघितली.

राधा : कोणाची सून?

अप्पा : माझीच! सूनमुख नव्हतं बघितलं, म्हणून आलो. खूप ऐकून होतो सुनेबद्दल! तुम्ही नेहमी इथे असता, असं कळलं. वाटलं, जाताना खण-नारळ घेऊन जावं... पण बिअरच घेऊन यावं लागलं.

राधा : काय बोलताय तुम्ही? अंऽ? जिभेला काही हाड? वयाकडे बघून बोलावं! तुमची सून माझ्यासारखी दिसते?

अप्पा : हो.

राधा : कधीपासून काम करता इथे? कधी दिसला नाहीत ह्या आधी?

अप्पा : ड्युटी बदलती असती बाई! आता ही ड्युटी बघा- पंचवीस वर्षांनी मिळाली. पण रात्री १२ ला तीही संपणार.

राधा : बारचे मालक असलेच! हवी ती ड्युटी कधी द्यायचे नाहीत.

अप्पा : मॅडम, तुम्ही जेवून जाणार की घरी स्वयंपाक केलाय? नाही तर पार्सल घेऊन...

राधा : (हसत) हाऊ नाईस् ऑफ यू! किती प्रेमळ माणसांनी ठासून भरलाय हा बार! तुमचा चेहरा... किती अंधार आहे इथे... जरा उजेडात या बरं...

अप्पा : बारमध्ये अंधारच बरा मॅडम! साहेब कधी यायचे?

राधा : कोणते साहेब?

अप्पा : नेहमी इथे असतात ते?

राधा : फार बिझी ते अहो! पण येतील. त्यांना यायलाच हवं! त्यांनीच सगळी सुरुवात करून दिली. धीर दिला. त्यांची वेळ झाली की, ते येतील. प्रत्येकाची वेळ यावी लागते. उगीच थांबलीय का मी इथं?

अप्पा : रात्री १२च्या आत आले, तर भेट होईल मॅडम!

**राधा** : काही काम आहे तुमचं?

**अप्पा** : हो. नाही म्हणजे, त्यांनाही बघायचं होतं! आज आमचा बघायचा दिवस आहे.

**राधा** : (हसत) अय्याऽ! म्हणजे तुम्हाला आम्हा दोघांना बघायचंय... (हसत) आम्हाला दोघांना बघायला आलात? लोकांना आम्ही नवरा-बायको वाटतो...

**अप्पा** : पण तुम्ही दोघं नवरा-बायको नाहीत! मला माहितीय... (स्वतःशीच) चांगली बायको मिळालीय गाढवाला...

[हे म्हणत असताना रिकाम्या फोटोफ्रेमवर प्रकाश. त्यात आता आशूचे बाबा उभे. ते राधा आणि अप्पांचा प्रसंग पाहत असतात.]

**राधा** : (उसळून) काय म्हणालात? पुन्हा बोला-

**अप्पा** : नाही मॅडम....

**राधा** : नाही कसं? मी कानानी ऐकलंय. म्हणजे घेतलीय मी आणि घेतली असल्यासारखं बोलताय तुम्ही! पंचवीस वर्षांनी ड्युटी मिळाली इथली म्हणून ऐकून घेतीय. बारमधल्या कस्टमरशी ही भाषा? हाकलून देईन... समजलं...? धक्के मारून बाहेर काढीन... ह्या बारचं लायसन्स कोणी मिळवून दिलं.. अं? सांगा ना...

**अप्पा** : मला.... नाही माहीत... मॅडम.

**राधा** : साहेबांनी! येस्, विचारा बारच्या मालकांना... माणूस बघून बोलावं... चांगली बायको मिळाली म्हणे... ह्या खासगी गोष्टी आहेत. बारमध्ये बोलायच्या ह्या गोष्टी नव्हेत... नवरा-बायकोच्या ह्या खासगी गोष्टी आहेत... विचारा ना ह्यांना. काय हो, ह्या खासगी गोष्टी आहेत की नाहीत...?

[फोटोफ्रेममधून हा संवाद ऐकत असलेले आशूचे वडील एव्हाना अप्पांच्या जागी उभे आहेत. फोटोफ्रेम आणि अप्पा आता अंधारात. फक्त राधावर प्रकाश असतो. आशूचे बाबा राधाच्या समोर येऊन बसतात. दोघे विलक्षण ताणात.]

**बाबा** : हो, खासगी आहेत.

**राधा** : आपण कधी त्याची चर्चा केलीय?

**बाबा** : नाही.

**राधा** : कधी मुद्द्याला हात घातलाय?

बाबा : नाही.

राधा : आणि तरीही आपण एकत्र राहतोय की नाही?

बाबा : हो.

राधा : आपण हे का सहन करतो?

बाबा : आपण काय करतो? नीट ऐकू नाही आलं...

राधा : हे जे चाललंय, ते सहन कसं होतं?

बाबा : हे सगळं एकदम आजच कसं निघालं?

राधा : बघायला आले ते!

बाबा : कोणाला?

राधा : आपल्याला...

बाबा : का?

राधा : सूनमुख बघायचं होतं... मी त्यांच्या सुनेसारखी दिसते म्हणे! त्यातून निघालं बोलणं.

बाबा : म्हणून ते बघायला आलेत होय...! आपण कधी बघितलं?

राधा : कोणाला?

बाबा : एकमेकांना! बरीच वर्षं झाली.

राधा : (विस्मयाने बघते. बिअर चालूच) अय्याऽऽ! काय गजरा बिजरा घेऊन आलात की काय?

बाबा : हो. पूर्वी एक घेऊन यायचो... आता तीन गजरे आणावे लागतात... तरीही आपण सहन करतो. ह्या सगळ्यातून काय मिळतं आपल्याला?

राधा : सोशिकता कशी झिरपत येते?

बाबा : (उसळत) हो ना! चर्चाच नाही कधी... राग नाही, संताप नाही, अबोला नाही... मान्यता नाही, विरोध नाही... चैतन्यच नाही... रसरशीतपणा नाही...

राधा : मागे मी एका धोक्याची पाटी लावली होती. पैसा येत गेला. चटक लागेल, मी सांगत होते. धोक्याची सूचना येणाऱ्या पैशांनी पुसत गेली... आतून ऊर्मी येत होती... त्यात आपलं नातं सापडलं... धड वाहून गेलं नाही, पण मंगळसूत्र मात्र ताणलं... तुटलं नाही... एक बाकी खरं-पैशाची चटक लागेल हे सांगताना माझ्या शब्दांना जान नव्हती... सगळं ताणलं गेलं, पण...

बाबा : तुटलं नाही. आपण चांगला सोनार गाठलाय. (हसतात.)

**राधा** : इश्श! विसरले मी... तुम्ही काही घेणार सॉफ्ट ड्रिंक... की खाणं मागवू?

**बाबा** : आपलं जेवण अजून व्हायचंय राधा... मी... घरी वाट बघत बसलोय... आशूदेखील जेवायचाय. तू पार्सल घेऊन येणार आहेस.

**राधा** : आशू?

**बाबा** : तोही वाट बघतोय.

**राधा** : त्याचा अभ्यास?

**बाबा** : चालू असावा....

**राधा** : त्याला म्हणावं, साहेबांना भेटून येतेच.

**बाबा** : साहेब कुठे गेलेत?

**राधा** : मीटिंग होती अर्जंट...

**बाबा** : (गजरे काढत) हे गजरे... हा माझा... हे दोन तुमचे.

**राधा** : आणि हार? उद्याला?

**बाबा** : आणला. फोटो पुसून ठेवला. अगं, धूळ फार साठली होती.
[स्तब्धता]

**राधा** : अहो... तुम्ही मला...

**बाबा** : तुम्ही मला काय? अंऽ? कधी मारलं नाही! हाताला धरून बाहेर काढलं नाही. कुठल्या बारमधे जातेस, विचारलं नाही... कमरेत लाथ घातली नाही... मी काहीच केलं नाही. सगळं गुपचूप. अध्याहृत गोष्टी आपल्या. का हे असं? एक घाव-दोन तुकडे का नाहीत?

**राधा** : कारण आपली मनं फार मोठी आहेत. परिपक्क आहेत. आपला आवाका अपवादात्मक आहे.

**बाबा** : सर्वसमावेशक आहे. इतके आपण एकमेकांत एकरूप झालोत.

**राधा** : ह्या घरात आले तेव्हाच उंबरठ्यावरचं माप न सांडता तसंच आहे... माझं पाऊल अलगद पडलं... मापाला धक्का नीट लागला नाही.

**बाबा** : त्याचं महत्त्व आपल्याला कधी वाटलंच नाही... एक मिनिट.... हं... एक मिनिट... तू आत्ता काय म्हणलीस...? मापाला धक्का नीट लागला नाही...? फॅन्टॅस्टिक...! म्हणजे उंबरठा... माप भरलेलं... तुझा प्रवेश... मेंदीनी रंगलेलं तुझ पाऊल... धक्का अलगद.... माप न सांडता! तसंच... तुझं दुसरंही पाऊल पडलं आत... फॅन्टॅस्टिक... आपल्या संसाराचा लोगो न सांडलेलं उंबरठ्यावरचं माप...! लेटरहेडवर

छापलं पाहिजे. ह्या घरात आलीस... आणि आपण आपल्या नात्याचं एक वेगळं घर बांधलं. आपल्या नात्याच्या घरात तळघर खूप मोठं... अवाढव्य...

**राधा** : त्याचं वायरिंग खूप जुनं... त्यामुळं उजेड कमी. अंधारे कोपरे खूप... आशूला काय वाटत असेल?

**बाबा** : मुलं समजावून घेतात. घर त्याचंही आहे. त्याला काय घराचं तळघर माहीत नाही? तरीपण सगळं तळघर नजरेच्या टप्प्यात कधी येत नाही.

**राधा** : किंवा सगळ्या तळघरात नजर टाकायला आपण घाबरतो.

**बाबा** : मी घाबरत नाही. समजून-उमजून करतो मी.

**राधा** : ह्यामागचं नेमकं तत्त्व काय असेल?

**बाबा** : काय ते... नेहमी असतं बघ ते टीव्हीवर- हां! तूच आहेस तुझ्या जीवनाचा शिल्पकार! (हसतो.)

**राधा** : चॅनेल टीव्हीचा फिरता ठेवायचा... किती खासगी बोलतोय आपण.

**बाबा** : हो....

**राधा** : मग बोलताय कशाला? कुणी ऐकलं म्हणजे?

**बाबा** : अगं, पण...

**राधा** : शूऽऽ! ह्या गोष्टी बारमध्ये बोलायच्या नव्हेत... प्लीजऽ गोऽऽ... माइण्ड युवर ओन बिझिनेस किंवा फाइंड युवर ओन कॉर्नर.. हा माझा कोपरा आहे. हा खासगी प्रश्न आहे.

[आशूचे वडील अंधारात. परत फोटोफ्रेममधे उभे राहून बघतात. अप्पा परत येऊन पहिल्यासारखे उभे राहतात.]

वाट्टेल ते विचारतायत. चांगली बायको मिळाली म्हणे... खासगी आहे हे सगळं...

[स्तब्धता]

**अप्पा** : मॅडम.... ऑर्डर देणार खाण्याची, की पार्सल घेऊन जाणार?

**राधा** : अहो, का मला सारखी स्वयंपाकाची आठवण करून देताय? वेटर आहात की सासरे?

**अप्पा** : दोन्ही!

**राधा** : दोन्ही कसे असाल? तुम्हाला माझे सासरे बघायचेत?

**अप्पा** : तर! अहो, मी बघायलाच आलोय.

[राधा इकडे-तिकडे बघते. फोटोफ्रेम दिसत नाही.]

**अप्पा** : काय शोधताय?

[राधा अस्वस्थ आहे. येरझारा घालते.]

काय शोधताय मॅडम?

**राधा** : माझ्या सासऱ्यांचा फोटो. इथून स्पष्ट दिसतो.

**अप्पा** : अहो, बारमधे कसा असेल तुमच्या सासऱ्यांचा फोटो?

**राधा** : दिसतो इथून नेहमी. आज कसा दिसत नाही?

**अप्पा** : अहो, बारमालकांच्या वडिलांचा असेल.

[राधा गोंधळलेली. फोटोची रिकामी फ्रेम मधून दिसते, मधूनच अदृश्य होते. सुयोग्य संगीत. ह्यामधून गाडी पोर्चमध्ये थांबल्याचा आवाज. राधा अस्वस्थ. गाडीचे दार बंद झाल्याचा आवाज घुमतो. संगीतामधून हे आवाज सुरू होतात. हे आवाज चित्रपटाचा साउंडट्रॅक आहे, असे वाटावे. गाडीचे दार बंद झाल्यावर बुटांचा आवाज घुमतो. एखाद्या निर्मनुष्य कॉरिडॉरममधून एकाच माणसाच्या बुटांचा आवाज घुमावा तद्वत्. राधाची अस्वस्थता, पावलांचा आवाज... रिकाम्या फोटोफ्रेममधे आशूचे वडील दिसतात. ह्या सर्व घडामोडीत पिझ्झा खाताना आशूला ठसका लागतो. त्याच्या आवाजाचे प्रतिध्वनी येतात. ते अप्पांना अस्वस्थ करतात. अप्पा दृश्यामधून बाजूला होऊन विंगेत जाऊन आशूच्या नकळत पाणी नेऊन देतात. परत मागच्या दृश्यात सहभागी होतात. पावलांच्या रोखाने राधा बघते. तिच्या चेहऱ्यावर परिचित उत्सुकता. पावलांचा आवाज टिपेला पोहोचताच साहेब म्हणजे महादेव प्रवेश करतो. त्याच्या प्रवेशाबरोबर फोटोफ्रेम अदृश्य.]

**राधा** : सो हिअर ही कम्स! मी म्हटलं नव्हतं? साहेब येणार म्हणजे येणार.

**महादेव** : अरे, अजून तू इथेच? घरी जा. मुलगा १२ वी ला ना?

**राधा** : निघालेच होते.... पार्सल सांगितलंय... मीटिंग कशी झाली? (राधा अस्वस्थ आहे.)

**महादेव** : पार्टीची मीटिंग कशी होणार? दमलो मी!

**अप्पा** : ह्यांना काही आणू मॅडम?

**महादेव** : पाणी आणा! (चमकून बघत) नवीन दिसताय?

**अप्पा** : नाही, जुनाच आहे.

**महादेव** : (अप्पांना धरत) खोटं नको बोलू! इकडे या... बघू तुमचा चेहरा... उजेडात या ना–

**अप्पा** : नको साहेब, उजेडात नको. लाज वाटते.

**महादेव** : बारमध्ये कसली लाज?

**अप्पा** : वाटते साहेब! स्वतःचीच स्वतःला वाटते. सोडा साहेबऽऽ

[महादेव त्यांना सोडतो. अप्पांना बघून राधाच्या कानात कुजबुजतो. दोघे मोठ्याने हसतात.]

**राधा** : .... आणि फोटो दिसतही नाही. (हसते.)

**अप्पा** : काय झालं?

**राधा** : हे म्हणतायत (हसत) तुम्ही माझ्या सासऱ्यांसारखे दिसतायत... तर, त्यांना जाऊन उद्या पंचवीस वर्षे होतील म्हणून तुम्हालाच हार घालून.. त्या फोटोफ्रेममध्ये... (दोघे हसतात.)

**महादेव** : अरे! फोटो कुठे गेला? रोज तर दिसतो.

[राधा, महादेव हसत असताना आशूवर प्रकाश. अप्पा दिसत नाहीत, म्हणून तो त्यांना शोधतो. शेवटी मोठ्याने हाका मारतो. 'आजोबाऽऽ' त्या हाका अप्पांना ऐकू येतात. ते मोठ्याने 'ओऽऽ' देतात.]

**महादेव** : काय झालं?

**अप्पा** : माझा नातू पलीकडच्या टेबलावर बसलाय. लहान आहे तो. त्यानं हाक मारली. अंधार आहे बारमध्ये... घाबरला असेल.

**महादेव** : फोटो कुठे गेला इथला?

[अप्पा जातात. फोटोफ्रेमवर प्रकाश. त्यात आता आशूचे बाबा. सर्व प्रसंग त्यांनी पाहिला आहे, अशी प्रतिक्रिया. 'आजोबाऽऽ' हाका घुमतात.]

**राधा** : (फोटोकडे पाहत) बघितलंत साहेब, फोटोची फ्रेम! श्राद्धाच्या दिवशी अप्पांचा चेहरा किती ह्यांच्यासारखा दिसतोय. वय वाढलं की, मुलगा पितृमुखी दिसायला लागतो.

**महादेव** : खरंच की... (दोघे रोखून बघतात.)

[अंधार]

[आजोबाऽऽ ह्या हाकांमधून गॉडफादरची थीम वाजते. आशू आणि अप्पा दिसतात. अप्पा दागिने बघत आहेत.]

**अप्पा** : (गंभीर आहेत. जे बघितलं त्याचा विचार चालू) पोट भरलं बेटा!

**आशू** : तुम्ही कुठे गेला होतात? मी शेवटी हाका मारल्या.

**अप्पा** : मी ना.. मी जरा फिरून आलो. हे गाव काही आता ओळखीचं वाटत नाही. आमच्या ओळखीचं गाव म्हणजे नदीकाठचं! (दागिने दर्शवीत)

हे खरे आहेत?

**आशू** : हो.

**अप्पा** : कोण आणून देतं हे?

**आशू** : सोनार! मघाशी तुम्ही आलात ना पिझ्झा घेऊन, तेव्हा वाटलं सोनारच आला परत.

**अप्पा** : परत?

**आशू** : नेहमी येतो. हे देऊन जातो.

**अप्पा** : (पैशाची खूण करीत) आणि हे कोण देतं?

**आशू** : ते सगळं आई बघते.

**अप्पा** : आई दिसत नाही?

[स्तब्धता]

**आशू** : अं... आई ना... ती आत्ता नाहीये, म्हणजे येईल... उशिरानं.

**अप्पा** : दिसायला छान आहे तुझी आई!

**आशू** : तुम्हाला काय माहीत? बाबांच्या लग्नाआधी तर तुम्ही गेलात!

**अप्पा** : अरे, अशा गोष्टी फार दूरपर्यंत ऐकू येतात.

[पाठीमागच्या फ्रेममध्ये आशूचे बाबा दिसतात. ते दृश्य पाहत आहेत.]

आणि मघाशी बाबांच्या खोलीत दोघांचा लग्नातला फोटो लावलाय... तो बघितला. आई घरी नेहमी उशिरा येते?

**आशू** : ती उशिरानीच घराबाहेर पडते, त्यामुळे लवकर कशी येणार?

**अप्पा** : ती (स्तब्धता).... ती पण...

**आशू** : काय?

**अप्पा** : ती पण पार्टीचं काम करते?

**आशू** : (समजून) नक्की माहिती नाही.

[अप्पा समोरची आशूची अभ्यासाची पुस्तके चाळीत असतात.]

**अप्पा** : हे काका कोण? (आशू गप्प आहे) त्यांचं नाव-

**आशू** : ते फार फेमस आहेत. आता मंत्रीपण होतील, असं आई म्हणते. महादेवकाका. पूर्वी त्यांना आम्ही ओबीसीकाका म्हणायचो.

**अप्पा** : (पुस्तक चाळीत) अलका! ही कोण?

**आशू** : हंऽ माझी गर्लफ्रेंड! माझ्याच क्लासमध्ये आहे.

**अप्पा** : (मिश्किलपणे) साधी फ्रेंड आणि गर्लफ्रेंड ह्यातील फरक सोदाहरण स्पष्ट करा.

आशू : प्रश्नाला मार्क्स किती?

अप्पा : अं....दोन.

आशू : मग प्रश्न ऑप्शनला आहे.

अप्पा : आणि प्रश्न कंपलसरी असला तर?

आशू : तर प्रश्न विचारणाऱ्यानं गर्लफ्रेंड करून बघावी, म्हणजे फरक समजेल!

अप्पा : (हसत) चावट आहेस... आता ह्या वयात मी पुन्हा म्हातारी कुठून धरून आणू? पुन्हा ती फोटोतली पाहिजे... बरं बुवा, नाही विचारत. आय रिस्पेक्ट युवर प्रायव्हसी.

आशू : बघायचीय? तुम्हाला अल् बघायचीय?

अप्पा : अल् ?

आशू : मी तिला अल् म्हणतो.

अप्पा : बघू की! आज माझा बघायचाच दिवस आहे. काय काय बघावं लागणार आहे रात्री १२ पर्यंत, कोण जाणे! तू अल् म्हणतोस तिला?

आशू : येस्....

अप्पा : आणि ती तुला काय म्हणते?

आशू : ॲश!

अप्पा : ॲश.... (दचकतात. गंभीर होतात.)

[स्तब्धता. योग्य संगीत, प्रकाश.]

ॲश... म्हणजे राख... राख म्हटल्यावर मला ब्रह्मांड आठवलं... जाऊन झाली मला पंचवीस वर्षं... पंचवीस वर्षांची थंडगार राख!

[स्तब्धता.]

आशू : काय झालं आजोबा? अल् माझ्याच वयाची आहे. वर्गात आहे माझ्या.... बोलावू तिला?

अप्पा : आत्ता? इतक्या रात्री?

आशू : ती केव्हाही येते. तुम्ही कसे आलात? वेळ झाली की येते. तिचे डॅड फार पॉवरफुल आहेत.

अप्पा : पॉवरफुल? म्हणजे डब्ल्यू.डब्ल्यू.डब्ल्यू.डब्ल्यू.एफ. वाले?

आशू : कम ऑन! उगाच पीजे मारू नका. पॉवरफुल म्हणजे पॉवरफुल ब्यूरोक्रॅट– आय.ए.एस. आहेत. आता चीफ सेक्रेटरी पण होतील कदाचित.

अप्पा : काय नाव त्यांचं?

आशू : विजयसिंह भोसले!

**अप्पा** : भो.... (आडनाव कळल्यानं विचारमग्न) भोसले?

**आशू** : हो. का?

**अप्पा** : नाही... इट्स युवर चॉईस! काळ धावतो.... ओ के. यू मे कॉल हर!
[आशू शिट्टी मारतो. अनुरूप संगीत आणि प्रकाशाबरोबर आशूला शोभेल अशी त्याच्याच वयाची अलका प्रवेश करते.]

**आशू** : अल्.... माझे आजोबा.

**अलका** : अरे, पण...

**आशू** : ह्यांचीच डेथ ॲनिव्हर्सरी आहे उद्या.

**अलका** : पण हे असे...

**आशू** : शूऽऽ! नो क्वेश्चन्स! त्यांना वेळ नाही... जायचंय परत.

**अलका** : कुठे?

**आशू** : ते सिक्रेट आहे. सो हिअर इज ग्रँड पा!

**अलका** : नाईस टू मीट यू! तुम्ही कसे आलात?

**अप्पा** : फोटोतून! तू कशी आलीस बेटा?

**अलका** : मला एस्कॉर्ट असतो. माझे डॅड होम सेक्रेटरी आहेत. डिपार्टमेंटचा माणूस असतो बरोबर! ह्याला आठवण झाली की, तो बरोबर घेऊन येतो. मग जाऊ मी?

**अप्पा** : मला सांग, फ्रेंड आणि गर्लफ्रेंडमध्ये काय फरक आहे?

**अलका** : का? यू डोण्ट हॅव एनी? तुम्हाला नाही कोणी?

**आशू** : मी हेच म्हटलं त्यांना! तेच ते विचारत बसतात. ही इज ओल्ड... ॲण्ड... यू नो...

**अलका** : येस, आय नो! आमच्याकडे आहेत ना- ग्रँडपा, ग्रँडमा सगळे आहेत. फार्मवर असतात.

**अप्पा** : कुठलं गाव भोसल्यांचं?

**अलका** : बुडालं!

**अप्पा** : बुडालं?

**अलका** : धरणाच्या पाण्यात!

**अप्पा** : बुडालं? तुमचं गाव बुडालं... आमचं जळलं... म्हणजे जाळलं..

**अलका** : (चकित) यू मीन, युवर हाऊस वॉज सेट ऑन फायर? आफ्टर बाबरी मस्जिद.... ना?

**आशू** : अगं, नाही! दॅट्स लाँग स्टोरी... यू नो गांधी असायसीनेशन?

**अलका** : येस, शी वॉज मरडर्ड!

**आशू** : अगं, ती नाही, ते गांधी. महात्मा गांधी...!

**अलका** : व्हेरी कन्फ्युझिंग. एनी वे, नाईस मीटिंग यू! काही लागलं तर जस्ट कॉल मी... चल, बाय!

**आशू** : बाय....

[दोघे जण एकमेकांचा निरोप घेतात. अलका अदृश्य. गाव बुडालं कळल्यापासून अप्पा अस्वस्थ आहेत.]

**अप्पा** : (अस्वस्थपणे येरझाऱ्या घालत) अजून नाही आली आई?

**आशू** : नाही ना!

**अप्पा** : नेहमी उशीर होतो, तर रात्री येते कशी एकटी? की कोणी सोबत? [स्तब्धता.]

**आशू** : अंधारात दिसत नाही.

**अप्पा** : खरं सांग–

**आशू** : आई शप्पथ!

**अप्पा** : अशी शपथ घेतात वाटतं अजून?

**आशू** : आज फारच उशीर झालाय. अजून बाबांचं पण जेवण व्हायचंय!

**अप्पा** : अरे, बघेल तो त्याचं! लहान आहे का घोडा? (अस्वस्थ) गाव बुडालं त्यांचं!.... काय करतो तो?

**आशू** : कोण?

**अप्पा** : कोण काय, तुझा बाप!

**आशू** : गव्हर्न्मेंट ऑफिसर आहेत. पार्टीचं पण काम बघतात. तेच काम जास्त असतं.

[वरील संवाद चालू असतानाच फोटोफ्रेमवर प्रकाश. त्यात आशूचे बाबा उभे. प्रसंग बघत असतात. त्यांच्या प्रतिक्रिया दर्शवीत असतात.]

**अप्पा** : (अस्वस्थ) घर बुडालं धरणात... सांगत होतो त्याला, वकील हो! आय.ए.एस. हो. पण बोंब! सगळं लक्ष संघात! संघाच्या नादी लागला आणि आणीबाणीत तुरुंग... अभ्यासात दुर्लक्ष... पुढचं अस्पष्ट... घर जळायला आले सगळे ४८ साली गांधी खुनानंतर... हिचे दिवस भरलेले. नववा लागून गेलेला.... माहेरी जायची होती... दंगा सुरू झाला. ब्राह्मणवाडी ओस पडली... सगळे घाबरून पळतायत... आम्ही घरी एकटेच वाड्यात.... मागच्या दारानी बाहेर काढली... मिशनच्या

इस्पितळात आसरा मिळाला. त्याच रात्री इस्पितळाच्या व्हरांड्यातून वाड्याची होणारी राख बघत असतानाच पहाटे तुझ्या बापाचा पहिला टाहो ऐकला. स्वतंत्र भारतात जन्मलेल्या तुझ्या बापाला पहिला स्पर्श झाला तो मिशनच्या गोऱ्या नर्सचा... सांगत होतो, वकील हो. ब्रिटिशांनी कायद्याचं राज्य दिलं. त्या कायद्याचा अर्थ सतत आपल्या बाजूचा लागला पाहिजे. पुढे कूळकायद्यात जमिनी गेल्या... आमचं गाव सुटलं ते कायमचं... ह्या शहरात वस्तीला आलो- नदीकाठी... वाटलं होतं, वकील होईल. जमिनी सोडवेल. त्यांनी कायदे बदलले. शहरात आल्यावर नदीकाठची शाखा... घोषवृंदात ब्युगुल वाजवायचा... आणीबाणीत तुरुंग... धक्क्याने आमचा हार्टफेल आणि बसलो ना आम्ही फोटोत जाऊन... पंचवीस वर्षे झाली जाऊन!

[आशूचे वडील फोटोफ्रेममध्ये. ते हे ऐकत पुढे येतात. त्यांच्यावर आणि अप्पांवर प्रकाश केंद्रित होतो.]

**बाबा** :आशू, हार आण!

[आशू चमकून बघतो. वडिलांचा चढलेला आवाज पाहून गडबडीने हाराचा पुडा आणून त्यातील हार काढून देतो.]

**बाबा** :(हातात हार) घ्या अप्पा, तुमच्यासाठी आणलाय! उद्या घालायचा होता. आता तुम्हीच आलाय! काय म्हणू? हॅपी डेथ अनिव्हर्सरी? (हार घालून बुक्का वगैरे लावतो.

[आशू उदबत्त्या पेटवून रिकाम्या फ्रेममध्ये खोचतो.]

बोला, का आलायत? कोणती इच्छा राहिलीय? म्हणाल ते हजर करतो... का आलायत?

**अप्पा** :हे पैसे कुठून येतात?

**आशू** :मी पैसे खातो! तुमच्याशी खोटं कशाला बोलू?

**अप्पा** :दारू?

**बाबा** :तीही पितो!

**अप्पा** :मुलासमोर?

**बाबा** :तो आता लहान नाही!

**अप्पा** :सूनबाई?

**बाबा** :मघाशी बघितलीय ना बारमध्ये? अं? बारमध्ये जाऊन काशी घातलीत ना? पुन्हा काय तोंड वर करून विचारताय! ती तिथं पिते, मी इथे! चिअर्स!

**अप्पा** :हे.... सगळं तुला पटतं?

**बाबा** :सगळं म्हणजे?

**अप्पा** :तिचं हे वागणं?

**बाबा** :आशू, आता तू आत जा! अभ्यास कर, मोठा हो. इथे आता दोन मोठ्ठी माणसं बोलणार आहेत. (आशू आत जातो.) बोला–

**अप्पा** :लाज नाही वाटत पैसे खायला?

[स्तब्धता.]

**बाबा** :अंऽ नाही. मी पार्टीचं काम करतो. आतून मी निःसंग आहे. दिल्लीला जाऊन बघा एकदा, म्हणजे समजेल.

**अप्पा** :आणि तिचं हे असं वागणं...

**बाबा** :(निर्विकारपणे) कुणाचं वागणं म्हणताय अप्पा?

**अप्पा** :तुझ्या बायकोचं!

**बाबा** :हा आमचा खासगी मामला आहे. आमचं आम्ही बघू... मी कधी तुम्हाला माझ्या आईला कसं वागवलंत हे विचारलं? अप्पा, तुम्ही आलात, आता भेटा सगळ्यांना आणि जा....

**अप्पा** :अरे, पण...

[स्तब्धता.]

**बाबा** :गटांगळ्या खातोय आम्ही अप्पा! बुडुक बुडुक! आमची गंगा उथळ आहे. पाण्यात पाय खाली टेकतात. ह्या जलक्रीडेत माणूस ओला होतो, गटांगळ्या खातो; पण बुडत नाही. नाकातोंडात पाणी जात नाही. काठावर परीटघडीचे स्वच्छ कपडे तयार असतात. पैसे घेतल्याने खंत वगैरे आहे असं वाटत असेल, तर ती फेज गेली तुमच्या पिढीबरोबर. त्याची आठवणसुद्धा होत नाही. सगळंच आता उथळ आहे. खोल पाणी विनावापार पडून सुकत चाललंय. व्हर्च्युअल रिॲलिटी खरी वाटते. उथळ पाण्यातला मनपसंत जगण्याचा अंगणशोध चालू अप्पा! बुडुकऽ बुडुक.. अशा पाण्यातला चिखल पायाला लागतोच... तो मनावर नाही घ्यायचा अप्पा... (त्यांना भरून येते. अप्पा जवळ जातात. त्यांनी हार घातलेला, बुक्का लावलेला.) मला वाटतं अप्पा... मी आणखी एक हार आणायला हवा होता... माझ्यासाठी फोटोफ्रेममध्ये जाण्याआधीचा हार... तुम्ही सांगितलंत– कायद्याचं राज्य आहे, कायद्याला भिऊन राहा. आम्ही कायद्याच्या कलम–पोटकलमातून पैसे करण्याचा गनिमी

काव्या साधला, व्यवस्था बसवली. माझा मुलगा आत कान टवकारून ऐकत असेल आपलं बोलणं. तो रेस्टलेस आहे. त्याला माझ्याकडून भ्रष्टाचाराचा गायत्री मंत्र हवाय. कोणालाही ह्या विरुद्ध उभं राहावं वाटत नाही. करप्शन हा नॉन-इश्यू आहे. सगळ्या पार्ट्यांना पैसे हवेतच. आयलाऽऽ सगळ्या पक्षांचा राडा नुसता- अं? आमचा पक्ष धड राज्य करीत नाही, शंभरीचा काँग्रेस पक्ष लवकर मरत नाही. बाकीच्या पक्षांचे चिमकुले, आमचे मोठे कुले आणि मोठे कुले त्यास जग भुले! काँग्रेसला चाळीस वर्षे भुलले, आता आम्ही.... सगळी उथळ ठिसूळ तत्त्वं. निर्भेळ काहीही नाही. तत्त्व एकच- सत्ता भोगणं. जरा ऐटीनं दोन पावलं टाकावी की, आमचीच माणसं आम्हालाच चाटा घालतात. बुळबुळीत सगळं... निसरडा रस्ता...

[अप्पा आता पडलेले दागिने पाहत असतात.]

**अप्पा** : निसरडा रस्ता! ह्या रस्त्यावरून सोनार मात्र घरी बरोबर येतो.. न घसरता.

**बाबा** : सोनार प्रतीकात्मक आहे अप्पा. तुमच्याही वेळी सोनार येत होतेच. तुम्ही दार किलकिलं उघडलंत; आम्ही सताड उघडलं! आणि ह्या घराचं दार उघडलं नाही, तर दुसरी हजारो आहेत. इतके दिवस विरोधी पक्ष म्हणून बोंबलून घशाला कोरड पडली आमच्या. आता कुठे सत्तेचा पेप्सी मिळतोय, तर च्यायलाऽ आमचंच करप्शन दिसतं.

**अप्पा** : पैशाचं ठीक. समजा, ते पार्टीचं झालं. पण घरचं स्वास्थ्य? तिचं हे वागणं?

**बाबा** : तुमचं काय आदर्श वागणं होतं शाळेत? आईचा स्वभाव काय उगाच चिडचिडा आणि संशयी झाला? कोण त्या मालतीबाई... हे तुमचं प्रकरण ऐकतच आम्ही लहानाचे मोठे झालो. शाळेत मुलं चिडवायची. संतापून घरी आलो की आई रडायची... आणि आता तुम्ही मला चारित्र्य शिकवताय? अशा सीमा वेगळ्या राखता येत नाहीत. प्रत्येक जण स्वतंत्र असतो सत्ता भोगायला. घरची असो किंवा पक्षाची... कुणी कसं काय भोगायचं, कसं सामोरं जायचं- हा ज्याचा-त्याचा व्यक्तिगत प्रश्न. हा खासगी मामला आहे. मृतात्म्यांना अथवा जीवितांना प्रवेश बंद! बारमध्ये मघाशी ऐकलंत ना सगळं? हा तिचा बार बघितलात? प्रत्येकाचा बार स्वतंत्र असतो. तिचा वेगळा, माझा वेगळा. परत-परत तेच ते विचारू नका.

**अप्पा** : हे सगळं पटतं तुम्हाला? सुख मिळतं?

**बाबा** : वा! काय प्रश्न आहे! जगी सर्व सुखी असा कोण आहे, हे मी तुम्हाला सांगू? जिवंतपणे सांगू? ह्या व्यक्तिसापेक्ष गोष्टी अप्पा! तुम्ही का आलात? आमचं... बरं चाललंय.... तुमची नजर वेगळी, आमची वेगळी... तुम्ही दिलेलाच झेंडा आम्ही उभारतो. तुम्हाला त्याचा रंग फिका वाटतो, तर पक्क्या रंगाचा झेंडा तुम्ही का नाही दिलात? आता आमचेही मोतीबिंदू चाळिशीत येतात. त्यानं रंगांची सरमिसळच दिसते. चाळिशीत कॅटॅरॅक्ट, तिशीत बी.पी.मधून अँजिओप्लास्टी किंवा बायपास. आमचं बरं चाललंय अप्पा... वेळ थोडा उरलाय. तुमचा वेळ जात नसेल, तर नव्यानं बांधलेल्या एक्स्प्रेस वे वर उभे राहा. ॲक्सिडेन्टस्‌ बघता-बघता वेळ निघून जाईल. पहाटेच्या ग्लानीत ड्रायव्हरचा ताबा सुटतो आणि रक्ताच्या चिळकांड्यांनी हायवे न्हाऊन निघतो.

**अप्पा** : अरे, पण नंतर पहाट होतेच. भूपाळी कानांवर पडतेच.
'अजून येतो वास फुलांना, अजून माती लाल चमकते
खुरट्या बुंध्यावरी चढून अजून बकरी पाला खाते'

**बाबा** : (हसतो.) च्यायलाऽ पहाटेचा आशेचा किरण वगैरे मनात आहेच का तुमच्या? (हसतो.)
'मुंडी मुरळगत न्हावी म्हणाला, हलू नका साहेब, हलू नका... छातीला टेप लावून शिंपी म्हणाला, एकतीस इंच, फक्त एकतीस इंच... पाय बुटात कोंबत चांभार म्हणाला, घालून-घालून सैल होईल, घालून-घालून!' (हसतो) बांधावर चरणाऱ्या बकरीची सरकारी बिर्याणी झाली. डाक बंगल्यात... अप्पा...'

**अप्पा** : (स्वतःशीच) 'अजून येतो वास फुलांना, अजून माती लाल चमकते,
खुरट्या बुंध्यावरी चढून अजून बकरी पाला खाते'

**बाबा** : (स्वतःशीच) घालून-घालून सैल होईल घालून-घालून
घालून-घालून सैल होईल घालून घालून.
[अप्पा अस्वस्थपणे स्वतःशीच बोलत बाजूला. त्यांच्यावरचा प्रकाश कमी. आशूच्या वडिलांवर प्रकाश. वरील दृश्य चालू असतानाच बारच्या बाजूला प्रकाश. महादेव दोघांच्या कविता ऐकत असतो. तो हलकेच आशूच्या वडिलांच्या मागे येतो आणि आशूच्या बाबांचे डोळे

मागून येऊन झाकण्याच्या तयारीत असतानाच अप्पा अंधारातून म्हणत असतात.]

**अप्पा** : अस्मानावर भगवा रंग आणि नागवे समोर पोर;
अजून डुलक्या घेत मोजते ह्या दोहोतील अंतर ढोर!
'अजून येतो वास फुलांना, अजून माती लाल चमकते,
खुरट्या बुंध्यावरी चढून अजून बकरी पाला खाते'
(अप्पा हे म्हणत असताना महादेव आशूच्या बाबांच्या मागून नकळत जाऊन त्यांच्या तोंडावर काळी पिशवी टाकतो आणि त्यांचे दोघे हात मागून धरून ठेवतो. बाबा धडपडतात. एखाद्या गुन्हेगारासारखे दिसतात. तोंडावर पिशवी, भाऊ अंधारात.)

**बाबा** : अप्पाऽऽ सोडा मला... कोण आहेऽऽ आशू... अरे, हा हाताचा स्पर्श कोणाचा... आमचे झालेत लावून दोन पेग... दिसत नाही काही... त्यात हाताचा स्पर्श कोणाचा, कसं ओळखायचं...? अहो हात धरणारे, तुम्ही शत्रू की मित्र? बोला राव! पूर्वी सांगायचे शत्रू की मित्र आणि मग गोळी घालायचे. सगळा अंधार डोळ्याभोवती. च्यायलाऽ मी काय गांधारी आहे का?
(बाबांची धडपड चालू. आता महादेव त्यांच्या हातात बेड्या ठोकतो आणि त्यांना मोकळे सोडतो. आशूचे बाबा ठेचकाळतात. मग थांबत कानोसा घेतात. त्यांना काय झाले ह्याचे आकलन होते.) [स्तब्धता.]

**बाबा** : किती अलगद बेड्या घातल्यास!

**महादेव** : पूर्वीची बांगड्या घालायची सवय.

**बाबा** : कधी आलास?

**महादेव** : रात्रीनंतर पहाट होते... म्हण... (आशूची फूटपट्टी आपटत)

**बाबा** : अरे, असं काय... हात सोड. जीव गुदमरला माझा!

**महादेव** : रात्रीनंतर पहाट होते म्हण.

**बाबा** : रात्रीनंतर पहाट होते.

**महादेव** : भैरवीनंतर भूपाळी.

**बाबा** : भैरवीनंतर पुन्हा भूपाळी.

**महादेव** : अरे, येऊन येऊन येणार कोण?

**बाबा** : तुमच्याशिवाय आहेच कोण!
(अप्पांचे मधूनच 'अजून येतो वास फुलांना' चालूच असते.)

**महादेव** : अरे, येऊन येऊन येणार कोण?

**बाबा** : तुमच्याशिवाय आहेच कोण!

**महादेव** : अरे मंडल आयोग....

**बाबा** : जिंदाबाद! जिंदाबाद!

**महादेव** : रात्रीनंतर?

**बाबा** : पहाट होणार...

**महादेव** : पक्ष असला कुठला जरी,

**बाबा** : नेहमी सत्ता तुमची तरी!

**महादेव** : ह्या सगळ्याचा लघुत्तम साधारण विभाजक?

**बाबा** : तुम्ही होणार कृष्ण आणि आम्ही तुमचे सुदाम!

**महादेव** : पण तुम्ही आमचे बदाम खुशीनं खाणार कधी? गनिमीकावे थांबवणार कधी? म्हण- रात्रीनंतर...

**बाबा** : होते पहाट... मान्य बाबा.... सोड हात. 'घालीन लोटांगण वंदीन चरण, डोळ्यांनी पाहीन रूप तुझे, त्वमेव माता पिता त्वमेव, त्वमेव बंधू सखा त्वमेव...'

[आशूचे बाबा ठेचकाळतात. हिंडतात. अप्पांचे 'अजून येतो वास फुलांना' चालूच. महादेव आशूच्या बाबांच्या हातातील बेड्या काढतो. बाबा डोक्यावरची पिशवी काढतात.]

[स्तब्धता.]

**बाबा** : कसली चेष्टा ही? आता काय वयं आहेत का आपली?

**महादेव** : आशूचा अभ्यास काय म्हणतोय?

**बाबा** : चिंतेत असतो. पैसे खायचं तत्त्व शिकवा म्हणतो. तुझं बरंय... लग्न नाही केलंस, सुटलास.

**महादेव** : मीटिंग झाली पार्टीची. सगळे तुझ्यावर खूश आहेत. हिशेब चोख ठेवतो म्हणतात.

**बाबा** : कसला हिशेब बोडक्याचा! बेहिशेबी पैशांचा कसला ताळेबंद! मग?

**महादेव** : मग काय?

**बाबा** : कॅबिनेटमध्ये...

**महादेव** : (खुशीत येऊन) येस्! त्यांना मला घ्यावंच लागेल मंत्रिमंडळात. माझ्याशिवाय दुसरं कोण आहे आयडियल?

**बाबा** : आज बार लवकर बंद झाला?

**महादेव** : नाही, चालू आहे. का?

**बाबा** : राधा अजून आली नाही. कशी आहे ती?

**महादेव** : तीही सतत चिंतेत. मुलाची काळजी. तिला कुठल्या तरी महामंडळात गुंतवलं पाहिजे.

**बाबा** : आशूच्या ॲडमिशनचं...

**महादेव** : ते सोड रे.... ती माझी जबाबदारी... जस्ट डोण्ट वरी.

**बाबा** : ओ.के. जा आता, तिला पाठवून दे. जेवणं व्हायचीत अजून... (जांभई देतो.)

**महादेव** : येस, आय नो! ती पार्सल घेऊन येणार आहे. तू थकलेला दिसतोस.

**बाबा** : येस! आय ॲम टायर्ड! मी प्रतीकात्मक थकलोय, पोलिटिकली करेक्ट थकलोय. आता जीवनाची सगळी ऊर्जा तुमच्याकडे. तुम्हीच आमचे आधारस्तंभ. आता आम्ही दमून प्रवचनाला जाऊन बसणार किंवा स्वतःचं आध्यात्मिक चॅनेल सुरू करणार. चोवीस तास... कोण बघेल न बघेल, पण चॅनल चोवीस तास... तूच आहेच तुझ्या जीवनाचा शिल्पकार... जा आता... (स्वतःशीच)

'पाय बुटात कोंबत चांभार म्हणाला, घालून-घालून सैल होईल घालून-घालून...'

(महादेव जातो. अप्पांवर प्रकाश. ते विमनस्क. हे सगळे त्यांनी बघितलेले आहे. ते म्हणत असतात.)

**अप्पा** : फत्तरातला देव पहातो
कुठं जहाली माझी फत्ते
माणूस म्हणतो चिरंतनाचे
मनात माझ्या अस्सल कित्ते
तरीही येतो वास फुलांना
तरीही माती लाल चमकते
खुरट्या बुंध्यावरी चढून
तरीही बकरी पाला खाते

[अप्पा आता थकलेत. त्यांना आतून भरून आले आहे. सतत रिकामी फोटोफ्रेम वळून-वळून बघत असतात. त्यांचा धीर सुटतो. अप्पांना हुंदका फुटतो. त्यांच्या रडण्याचा आवाज क्रमशः वाढतो. मधूनच रडत म्हणण्याचा प्रयत्न करीत असतात. त्यांचा रडण्याचा आवाज ऐकून आशू येतो.]

**आशू** : काय झालं आजोबा?

[अप्पा रडत रिकाम्या फोटोफ्रेमकडे हात दाखवतात.]

झाली वेळ...? ओ नो! किती भर्रकन वेळ गेला. मी तुम्हाला नेतो ना... नक्की जाल तुम्ही परत फोटोत. डोण्ट क्राय आजोबा...

[अप्पांचा आकांत वाढतो. आशूचे बाबा येतात. बारच्या बाजूने राधा दिसते. तिच्या हातात जेवणाचे पार्सल. अप्पांचा आक्रंदत फोटोफ्रेमकडे प्रवास. जणू त्यांना वधस्तंभाकडे नेत आहेत! अखेर कष्टाने आशू फ्रेमपर्यंत त्यांना नेतो. आशूचे बाबा, राधा आता एकत्रपणे फ्रेमकडे जातात. हार घातलेले, बुक्का लावलेले अप्पा फ्रेमकडे निघालेले. तोच फ्रेमच्या पलीकडून अलकाचा प्रवेश.]

**अलका** : हाय ग्रँडपा! मघाशी सांगायची विसरले. (ती एक कागद आशूकडे देते.) घे- पिस्तुलाचं लायसन्स. तुला हवं होतं ना? पप्पांनी दिलंय. कालच आणून दिलं. सो, डोण्ट वरी... बाय....

**आशू** : अगं, थांब ना... आमचा एक फोटो घ्यायचाय- फॅमिली अल्बम...

**अलका** : ओ.के. कम् ग्रँडपा... डोण्ट क्राय... आशू हॅज गन लायसन्स नॉव्ह...

[अप्पा आक्रंदत परत फोटोत. बाजूला राधा, आशूचे बाबा, आशू उभे.]

**अलका** : (फोटो घेत) अरेऽ स्माईल प्लीजऽऽ से चीऽऽज....

[अप्पा रडू आवरत परत, 'तरीही येतो वास फुलांना' सुरू करतात. आशूचे बाबा 'घालून-घालून सैल होईल घालून-घालून' सुरू करतात. पाठीमागे बारच्या बाजूला प्रकाशात महादेवला मंत्रिपदाची शपथ दिली जात आहे. 'विधीद्वारा स्थापित अशा...' पाठीमागे गॉडफादरची थीम मोठी होत असतानाच पडदा-[]

टीप: दुसऱ्या अंकात कवी बा.सी. मर्ढेकर आणि अरुण कोलटकर यांच्या कवितांचा वापर केला आहे. त्यांचे मनःपूर्वक आभार.

# मिकी आणि मेमसाहेब

'मिकी आणि मेमसाहेब' या नाटकाचा प्रथम प्रयोग शिशुरंजन, पुणे या संस्थेने थिएटर ॲकॅडमीच्या सौजन्याने तेराव्या महाराष्ट्र राज्य नाट्य स्पर्धेत दि. ४-१२-१९७३ रोजी ९.३० वाजता भरत नाट्यमंदिर, पुणे या नाट्यगृहात केला.

दिग्दर्शक : सतीश आळेकर
निर्मिती प्रमुख : जब्बार पटेल, श्रीधर राजगुरू
प्रकाश योजना : रमेश मेढेकर, समर नखाते, उदय लागू
रंगभूषा : निवृत्ती दळवी
वेशभूषा : कल्पना भालेराव
ध्वनी-संयोजन : रवींद्र साठे, दीपक ओक, अरुण नूलकर
नेपथ्य : दिलीप मंगळवेढेकर
रंगमंच व्यवस्था : अरविंद ठकार, अविनाश लिमये, सुरेश बसाळे, आनंद मोडक, श्रीकांत गद्रे, प्रकाश रानडे

भूमिका

प्रोफेसर : मोहन आगाशे
मेमसाहेब : जुईली देऊसकर
गुळवणी : मोहन गोखले
पुरुष १ : दिलीप जोगळेकर
पुरुष २ : अजित दीक्षित
गडी : नंदू पोळ
इतर : रोहिणी भागवत, विभा देशमुख, मेधा अर्जुनवाडकर, मंजिरी परांजपे, सीमा धर्माधिकारी, दीपक ओक, दिलीप मिटकर, उदय लागू, सतीश घाटपांडे

## अंक पहिला

[पडदा वर जातो. स्टेजवर अंधार. फक्त एका टेबलावर प्रकाश. त्या टेबलाभोवती दोन-तीन खुर्च्या. टेबलावर एक पिंजरा. प्रयोगशाळेत असतो तसा. त्यात एक पांढरा उंदीर बागडतो आहे. एका खुर्चीवर प्रोफेसर बसलेले आहेत. वय ५० ते ५५. हाताच्या अंगठ्याला बांधलेलं पोटीस सोडत असतात. आसपास पुस्तके व एक कळशी पडलेली असते.]

**प्रोफेसर :** स्स् .. हाऽ.... अजून बरं झालेलं दिसत नाही. काल तिसऱ्यांदा पोटीस बांधलं. पोटीस बांधायचं आणि सोडायचं- त्रासच आहे. घरात इतकी कामं पडली आहेत- कोण करणार ती? पोटीस बांधलेलं असलं म्हणजे बरं असतं. सकाळपर्यंत बघायला नको. तरी पण ठुसठुसत राहतं. अरे, आपला तो हा आहे नं मिकी (उंदराचे नाव)- कोण? आपला रिसर्च स्टुडण्ट- त्यानं सांगितलं म्हणून मला कळलं तरी पोटीस कसं बांधतात ते. वेळीच सांगितलं म्हणून बरं, नाही तर नख जात होतं. नख गेल्यावर बरं का- रेड्याच्या नाकात बोट घालतात म्हणे. आता ह्या युनिव्हर्सिटीच्या आवारात कुठनं मिळणार रेडा?

[स्तब्धता]

अरे मिकी, कालचा डाएट तू सगळा नाही खाल्लास? मी दिलेलं सगळं खायचं; काहीही टाकायचं नाही, असं आपलं ठरलं असताना तू का खाल्लं नाहीस? नाही, मला मान्य आहे- त्याला चव नसेल; तुझ्या दृष्टीनं ते रुचकर लागत नसेल, तरी पण खाल्लं पाहिजे सगळं. नाही तर माझा प्रयोग चुकेल आणि तू फुकट मरशील. मला दुसरा मिकी आणावा लागेल. तेव्हा तसं नको, तू खा आपला मुकाट्यानं. नाही, नाही- अजिबात नाही. भजी मिळणार नाहीत. संयम पाहिजे

मनावर. दिलेलं मुकाट्यानं वेळच्या वेळी खाल्लं पाहिजे. मी देतो ती इंजेक्शनं घेतली पाहिजेत; म्हणजे माझ्या प्रयोगाचे परिणाम मला बघायला मिळतील, अन्यथा नाही. (हातातून कळ येते.) तर मी काय सांगत होतो? पोटीस! आपल्या गुळवणीनं मला लोणचं दिलं आणून. म्हणाला- हे बांधा, बोट चेमटलं असेल तिथं; वर आणखी लेप द्यायचा कणकेचा. त्यानं दिलेलं लोणचं इतकं झकास होतं मिकी, की अर्धंच बांधलं बोटावर आणि अर्धं? हं, पोटात. आता मला काही लोणचं घालता येत नाही. त्यात अंगठा दुखावलेला. दारातून बाहेर पडायला आणि विरुद्ध दिशेनं मेमसाहेबांनी दार लोटायला एक गाठ. माझं बोट नेमकं बिजागरीत. दुखलं फार, रक्त साकळलं... पोटीस- लोणचं गुळवणीकडे किती दिवस मागणार? लोकांच्या सौजन्याचा किती फायदा घेणार? दवाखान्यात जावं तर डॉक्टर विचारणार, बोट कसं काय सापडलं? त्यात पाणी कसं गेलं? मेमसाहेबांनी जोरात का लोटलं? मग तुम्ही त्यांना काय म्हणालात? सगळ्यांची उत्तरं द्यावी लागणार. माझा वेळ जाणार, घरची कामं अर्धवट राहणार. पुन्हा गुळवणीचा थेसिस, रेफरन्सेस्, मिकीवरचा प्रयोग, त्याची इंजेक्शनं, काय काय... काय करणार काय मी? आता गुळवणी येईल रफ् थेसिस करेक्ट करून झाला का बघायला. पुन्हा डिपार्टमेन्टमध्ये जायचंय. आजच्या लेक्चरची तयारी शून्य. पुन्हा पोरांच्या ओरल्स, ट्युटोरिअल्स्. एक बरंय, वर्ग एम्. एस्सी.चा असल्यानं मुलं १०-१५ असतात. कॉलेजचा वर्ग असता तर मला भंडावून सोडलं असतं पोरांनी.

[बँडेज गोळा करून विंगेत टाकतात. पिंजरा उचलून आत जातात. स्टेज हळूहळू उजळते. पार्श्वभागी काळा पडदा. स्टेजवर पायऱ्या दिसतात. सर्वांत उंच पायरी मागच्या काळ्या पडद्यास समांतर असते. कर्कश बेल वाजते.]

**प्रोफेसर :** माहिती आहे मला, माहिती आहे. बेल वाजली की पाणी भरायचं. तेवढं कळतंय मला मेमसाब. आपलं लग्न झाल्यापासून तेच करतोय मी! युनिव्हर्सिटीत मॉलेक्युलर बायॉलॉजीचा रीडर आणि मॉलेक्युलर बायॉलॉजी सेक्शनचा हेड असून आणि तुम्ही मात्र माझ्या हाताखाली एक लेक्चरर असून मी पाणी भरतो बेल वाजल्यानंतर. अगदी रात्री-

अपरात्री, पहाटे उठूनसुद्धा मी पाणी भरल्याचं इतिहासात नमूद करावं लागेल. पुन: पुन्हा बेल वाजवत जाऊ नका, एकदा वाजवली की कळतंय मला. आणि तुम्हाला पीएच्. डी.सुद्धा कशी मिळाली ते पण समजून आहे मी.

(कळशी घेऊन एका विंगेत जातात. पण भरून दुसऱ्या विंगेत जाऊन फेऱ्या मारता-मारता-)

भरा भरा रे पाणी भरा
मेमसाहेबच्या बोडक्यावर कळशी उपडी करा
डराँव डराँव डराँव डराँव
ही घ्या छत्री, ही घ्या नाव
का ओरडता उगीच राव-

हॅल्लो मि. राव? मी... मी पाणी भरतोय. हो, पाणी. पाण्याचं कनेक्शन ज्याच्या नावावर आहे, त्यानं पाणी भरलंच पाहिजे किंवा कसे ह्याचा खुलासा महानगरपालिकेचे अधिकारी करतील काय? तसा दण्डक असेल तर आमच्या पाण्याचं कनेक्शन मेमसाहेबांच्या नावावर करण्यात यावं. हो... नाही- नाही, तसं नाही- मिस्टर राव. आमच्या युनिव्हर्सिटीचे इस्टेट मॅनेजर पाण्याचा टॅक्स भरतात, अगदी न चुकता. पाणी पितात सगळे, तरी मीच काय म्हणून पाणी भरायचं? जे पाणी भरतात, त्यांना पाणीपट्टीत सवलत मिळाली पाहिजे.

[स्तब्धता]

आमच्या हौदात इतकी वर्षं पाणी भरतोय, पण हौद काही भरत नाही. रात्री भरला तर सकाळी अर्धा होतो. हे काळ-काम-वेगाचं आमच्या नशिबी आलेलं गणित सुटत नाही. कॉम्प्युटरचा उपयोग नाही. कारण मेमसाहेब हौदाचा नळ नेहमी विसरतात, पुन्हा हौद अर्धा.

[स्तब्धता]

कळशी हिंदकळते. पाण्याचे शिंतोडे अंगावर उडतात. पुन्हा कपडे ओले. पंप बसवून देत नाही. घरातली मॅनपॉवर फार कमी पडते. सगळा भार माझ्यावर पडतो. ओऽ डॅम इट्!

[बेल वाजते- डिंग डाँग]

आला बहुधा- आमचा गुळवणी आला.

[गुळवणी येतो. खुजा, हाडकुळा. पायाला लहानपणी पोलिओ झाला

असल्याने लंगडतो आहे. त्याच्या हातात नोट्स फायली इत्यादी]
या, या गुळवणी, बसा. मी एवढी शेवटची घागर टाकून येतो.
[गुळवणी खुर्चीवर बसतो. मासिके चाळतो. प्रोफेसर घागर ठेवून हात टॉवेलने पुसत येतात]

**गुळवणी :** हाताचं कसं आहे सर?

**सर :** कोणाच्या?

**गुळवणी :** तुमच्या सर. काल पोटीस बांधलं होतं ना?

**सर :** याच्या? हं, खरंच. अरे, कालचं पोटीस बांधल्याचं विसरतोच आहे मी. आता बरंय बरंच. पण हे असं पाणी भरत राहिलो, तर दाही बोटांना पोटीस बांधावं लागेल आणि तुझ्या आईला आपल्या हौदाएवढं लोणचं घालावं लागेल!
[स्तब्धता.]

**गुळवणी :** थेसिसचं रफ टाइपिंग फडक्यांनी कालच सुरू केलंय. आज इंट्रोडक्शन टाइप करून दिली आहे सर. रोज ५-६ कागद होतील म्हणाले. तुम्ही तेवढी तपासून ठेवा सर, म्हणजे उद्या पुढचे कागद घेऊन येतो.

**सर :** (चष्मा लावत) बघू. असू दे. आज रात्री मी करेक्ट करून उद्या देतो तुम्हाला. एकदा रफ टाइपिंग झालं म्हणजे फायनल टाइप करता येईल. संपवून टाकू लवकर. बरीच वर्षं चाललंय आपलं काम. पुन्हा लोकांनी नावं नकोत ठेवायला. पूर्वी असं व्हायचं नाही. पण ह्याच वेळेस फार वेळ लागला थेसिस कंप्लीट व्हायला.

**गुळवणी :** लवकर सबमिट झाला की सुटलो. मी काल ऑफिसमध्ये गेलो होतो- स्कॉलरशिपची चौकशी करायला, तर माझा मित्र म्हणाला... ज्यांचा रिसर्च पाच वर्षांपेक्षा जास्त चालला आहे आणि अजून ज्यांनी थेसिस सबमिट केलेला नाही, अशांच्या गाइड्सकडून एक्स्प्लनेशन मागणार आहेत.

**सर :** कोण?

**गुळवणी :** व्हाइस चॅन्सेलर.

**सर :** देईन, देईन. व्ही. सी.पुढं काय- गव्हर्नरपुढंसुद्धा देईन. घाबरू नको. पीएच.डी. म्हणजे काय खिरापत आहे काय? आपला रिसर्च आपण आपल्या तब्येतीनं करायचा आणि तो कसा करायचा, ते मी ठरवणार.

**गुळवणी :** बरं सर, डिस्कशनमध्ये काही ॲडिशन पाहिजे असेल तर सांगा, असं

फडक्यांनी सांगितलंय; म्हणजे टाइप करताना सोईचं जाईल म्हणाले.

**सर** : ते बघतो मी. उद्या घेऊन जा कागद हे.

**गुळवणी** : कुठं येऊ? इथं की डिपार्टमेंटमध्ये?

**सर** : इथंच या, म्हणजे निवान्तपणा मिळेल आपल्याला. फक्त घरातली कामं जरा मधून-मधून बघून घेईन मी.

**गुळवणी** : मग चलतो मी. (जायला लागतो.)

**सर** : एक काम करा- जाताना डिपार्टमेंटमधून जा आणि मुलांना म्हणावं, मला लेक्चरला दहा-पंधरा मिनिटं उशीर होईल. ऑफ समजून जाऊ नका. मला अजून कुकर लावायचाय. सकाळी जाग उशिरा आली की, सगळं रूटीन बिघडून जातं. हा मिकीचा पिंजरा साफ करण्यात फार वेळ गेला. बराय, मग या तुम्ही.

[गुळवणी जातो. सर आत जाणार इतक्यात वरच्या पायरीवरून विंगेतून मेमसाहेब येतात. ही सरांची बायको. खूपच तरुण, आकर्षक, सेक्सी. पाहताच सर थबकतात.]

**मेमसाब** : तुम्हाला जन्मून पन्नास वर्षं लोटली!

**सर** : अगदी खरं आहे.

**मेमसाब** : मधे बोलू नका-

**सर** : माफ करा.

**मेमसाब** : तुम्हाला काहीच कसं वाटत नाही?

**सर** : असा कोणता प्रमाद सेवकाच्या हातनं घडला, ते कळल्यास बरं.

**मेमसाब** : प्रमाद नेहमीचाच, तुमच्या पाचवीला पुजलेला.

**सर** : मेमसाहेबांनी असं कोड्यात न बोलता सरळ काय ते सांगावं, म्हणजे सेवकाला आकलन होण्याच्या दृष्टीनं सोईचं जाईल.

**मेमसाब** : तासन् तास गप्पा मारायला लाज नाही वाटत? घरातलं काम करायला कोण, माझा सासरा येणार आहे का?

**सर** : काही कळायला मार्ग नाही. म्हणजे, ते भूतलावर नसतात.

**मेमसाब** : कुकरचा पत्ता नाही. पाणी उशिरा भरलंत. येऊन-जाऊन त्या उंदराचा पिंजरा साफ करायचा. कुणी पाहिलं तर काय म्हणतील?

**सर** : महानगरपालिकेचा सेवक उंदीर न्यायला आलाय, असं म्हणतील....

**मेमसाब** : वर तोंड करून बोलू नका आणखी. एक दिवस कधी वेळेवर आवरत नाही तुमचं. रोज तासाला जायला उशीर. मला... मला सांगावं लागतं

तुमच्या वर्गाला की जाऊ नका, सर येतीलच इतक्यात म्हणून.

**सर** : आज ती तसदी तुम्हाला पडणार नाही. मला तासाला जायला उशीर होणार, हे संबंधितांना कळवण्याची तजवीज मी केलीय.

**मेमसाब** : हीच व्यवस्था कायम करा. माझा त्रास वाचेल.

**सर** : तसा प्रयत्न केला जाईल.

**मेमसाब** : मी जातेय तास घ्यायला. तुम्ही आवरून मग जा. तास संपल्यावर नारळ खवून ठेवा. मला कोरडं खोबरं चालत नाही.

**सर** : का? आपला जन्म कोकणात झाला म्हणून?

**मेमसाब** : हे बघा, माझा जन्म कोकणात झाला, त्याची नोंद गावच्या जन्म-मृत्यू नोंदणी कार्यालयात आहे. तुमच्यासारखं नाही माझं.(जातात)

**सर** : अपमान मेमसाब, माझा अपमान! माझा जन्म होणं ही गोष्ट माझ्या हातात नव्हती; आणि जन्म झाल्यावर माझ्या कुवतीप्रमाणं जगतोय मी. आता माझे जन्मदाते मला माहिती नाहीत, हा दोष माझा नाही. आश्रमातल्या मावशींनी मला कधी सांगितलंच नाही. स्वतःच्या कर्तृत्वावर मी मॉलेक्युलर बायॉलॉजी सेक्शनचा हेड झालोय या युनिव्हर्सिटीत; कुणाच्या ओंजळीनं पाणी पिऊन नाही. मेमसाब, तुम्ही तुमचा थेसिस माझ्या हाताखाली केलाय, हे विसरू नका.

[स्तब्धता]

चला, लेक्चरला जायचंय. दोन घागरी पाणी भरू, कुकर लावून चलू या. वर्गात पोरं ओरडत असतील माझ्या नावानं.

(घागर घेतात. जाता-जाता-)

देवाची करणी नारळात पाणी<br>
माझ्या हाती आली एक झक्क करवंटी<br>
करवंटी गेली फुटून, पाणी गेलं आटून<br>
नवी करवंटी मिळेना, पाणी ओंजळीत टिकेना!

(जातात.)

[अंधार. उजेड. फूट लाइट्सला समांतर दोन साधी टेबले, विंगेला टेकून ठेवलेली. पार्श्वभागाचा काळा पडदा वर जातो व सायकोरामावर मॉलेक्युलर बायॉलॉजीसंबंधित स्लाइड्स दिसतात. एका टेबलामागे उभे राहून मेमसाहेब शिकवत आहेत. समोर मुले बसली आहेत अशी कल्पना]

**मेमसाब :** Let us see something about the 3-D structure of Hemoglobin today. Structure of the Hemoglobin was first established in 1964 cy Perutz with the help of X-Ray crystallographic technique. He also used computer for interpreting the X-Ray diffraction pattern risolving first at 2 A°. As we already know Hb is known as a noble enzyme or a breathing molecule as it posseses the affinity towards oxygen.

[त्यांच्यावरचा प्रकाश जातो. सर येतात. विरुद्ध विंगेतून टेबलामागे उभे राहतात. शिकवायला सुरुवात करतात.]

**सर :** Today we will discuss....

[एक गडी मोठा खराटा घेऊन येतो.]

**गडी :** सर, जरा पाच मिनिटं बाहेर जाता का?

**सर :** का?

**गडी :** नाही– वर्ग झाडून घेतो.

**सर :** तुला काही अक्कल? वर्ग काय तास चालू असताना झाडतात? जा, तास संपल्यावर ये.

**गडी :** वा! असं कुठं झालंय का? बाईसाहेबांनी सांगितलं की, तास चालू असतानाच झाड म्हणून.

[स्तब्धता. शेजारच्या वर्गातून मोठा हशा ऐकू येतो.]

**सर :** चालायला लाग बाहेर.

**गडी :** पण सर, माझी पंचाईत होते. त्या म्हणतात झाडा; तुम्ही नको म्हणता.

**सर :** मी सेक्शनचा हेड तुला सांगतोय, चालता होऽऽ

**गडी :** जातो सर, आपल्याला काय? पाच रुपये तर मिळाले!

**सर :** Back to the work boys. Today we will see some molecular biological aspects of the cancer.

[मेमसाहेबांवरचा प्रकाश पुन्हा येतो. त्यांचा आवाज सरांच्या प्रत्येक वाक्यामध्ये ऐकू येतो.]

**मेमसाब :** So hemoglobin consists of four chains of amino acids held together, in a compact form with the inter and intrapolar bonds to give rise altemately to the 3-D structure.

**सर** : (आवाज वाढवतात.)

Cancerous cell is an abnormal cell. A normal cell turns into the cancerous cell by under going many transformations. First a normal cell gets converted into precancerous cell by various careinogens, i. e. cancer producing agents. U. V. radiation can also be able to convert this normal cell into the precancerous cell.

**मेमसाब** : (आणखी मोठ्या आवाजात)

This 3-D structure can be studied with the help of X-Ray crystallographic technique.

[सर वैतागतात. मुलांची कुजबुज ऐकू येते. पुढची वाक्ये जो म्हणेल त्याच्या वर्गातील मुले वाक्य संपल्यानंतर त्यांना उत्तेजन देतात, अशी कल्पना- टाळ्या वाजवून.]

**सर** : Carcinogenic agents act at various stages.

[सरांच्या वर्गातील मुले टाळ्या वाजवतात.]

**मेमसाब** : Strictly speaking X-Ray crystallographic technique is not difficult as it seems to ce. The principle laying behind it is very simple.

[मेमसाहेबांच्या वर्गातली मुले टाळ्या वाजवतात. पुढची काही वाक्ये सर आणि मेमसाब एकदम म्हणतात.]

**मेमसाब** : A beam of X-Ray.... is made to full on

**सर** : Precancerous cell is an abnormal cell

[मुलांची टाळ्यांची वाढती लय. त्यातून तबला सुरू होतो. सर आणि मेमसाब तावातावाने शिकवताहेत. त्यांच्या आवाजाऐवजी तबल्याचे तुकडे ऐकू येतात. त्याचबरोबर पडद्यावरच्या स्लाइड्स बदलत असतात. तबला समेवर थांबतो. अंधार. फक्त सरांवर प्रकाश. सर टेलिफोनवर बोलत आहेत.]

**सर** : मिस्टर व्हाइस चॅन्सेलर? हो, मी बोलतोय. स्टाफ माझं ऐकत नाही सर; हाताखालचे लेक्चरर्स फार मोठ्यानं बोलतात सर. माझं बोलणं मुलांना ऐकू जात नाही. नाही, मान्य आहे; वर्गात मुलं कमी असतात, पण कॉन्सन्ट्रेशनमध्ये व्यत्यय येतो. शिवाय प्यून पण तिला सामील

आहे. डिपार्टमेंटला माइक परवडत नाही. तिचा आवाज फार मोठा आहे. प्यून मधेच येऊन वर्ग झाडतो. नाही- नाही, तास चालू असताना सर. तरी आपण ह्या प्रकरणात जरा जातीनं लक्ष घालावं सर. नाही, मान्य आहे; बाब घरची आहे. पण मी डिपार्टमेंटमध्ये हेड आहे... नाही, ठीक आहे; तुमचं म्हणणं रास्त आहे. पण परिस्थिती माझ्या हाताबाहेर गेल्यावरच मी कंप्लेन्ट करतो आहे. प्लीजऽऽ आपण जरा लक्ष घाला, म्हणजे तास सुरळीत पार पडतील. मी बघतो प्रयत्न करून, पण तुम्ही एकदा वॉर्निंग द्याच. अच्छा. थँक्यू.

[फोन ठेवतात, टेबले काढलेली आहेत. सर वरच्या पायरीवर विंगेला टेकून बसतात. उजाडते. पायऱ्यांवर काही विद्यार्थी व विद्यार्थिनी विखरून बसलेले आहेत. त्यांची वाक्ये कानांवर पडतात. जेवढे नट उपलब्ध असतील, त्यांनी वाक्ये वाटून घ्यावीत.]

..... : आज धमाल आली....

..... : का?

..... : सर आणि बाईंची मारामारी!

..... : मारामारी?

..... : कोणी जिंकली?

..... : बाईंनी.

..... : हड्ऽ

..... : मग?

..... : सरांनी.

..... : पळ, बंडला मारू नकोस. प्रथम बाईंची सरशी होत होती, पण नंतर सरांनी आवाज वाढवला.

..... : पण बाई सरांपेक्षा खूप तरुण वाटतात ना गं?

..... : सर शिकवतात मात्र बेफाम. तासाला थोडे उशिरा येतात, पण वर्गावर कमांड असते त्यांची.

..... : डिपार्टमेंटला सर्वांत जास्त थेसिस सरांच्या गायडन्सखाली सबमिट झाले.

..... : पण गुळवणीला का इतकी वर्षं लागली, कुणास ठाऊक!

..... : काही असो, पण शिकवतात बेफाम. बाईंसारख्या नोट्स रिफर नाही करत.

..... : सरांना मुलं किती?

..... : कुणास ठाऊक!

..... : काय करायचंय आपल्याला? शिकवतात कसं ते बघावं. त्यांच्या घरचं आपल्याला काय करायचंय?

..... : परवा सरांनी मला प्रॉजेक्ट इतकं मस्त समजावून दिलं. लिहिलं मीच, पण सरांचं इन्टरप्रिटेशन उत्कृष्ट होतं.

[घंटा वाजते.]

..... : चला, प्रॅक्टिकलला चला.

..... : चला, तो नवीन डेमॉन्स्ट्रेटर बोंबलेल.

[जातात.]

[सरांवर प्रकाश. सर उठतात. दिलखुलासपणे स्वतःशी हसतात आणि विंगेत निघून जातात. उजेड. सर घरी आलेले आहेत.. एकटेच विचार करत बसतात. दारावर टकटक]

**सर** : कोण आहे? दार उघडंच आहे. आत या.

[एक मध्यमवयीन पुरुष आत येतो.]

कोण आपण? बसा.

**पुरुष** : मीच आहे.

**सर** : मी कोण?

**पुरुष** : युनिव्हर्सिटीतच राहतो.

**सर** : माझ्याकडे काही काम?

**पुरुष** : नाही– सहज.

**सर** : पूर्वी मला वाटतं...

**पुरुष** : नाही. मी प्रथमच आलो घरात.

**सर** : का?

**पुरुष** : सहज.

**सर** : अहो, पण इथं बसून काय करणार आहात? हे माझं घर आहे.

**पुरुष** : मला मान्य आहे. तरी पण मी आलो आहे.

**सर** : का?

**पुरुष** : सहज.

**सर** : हं, बसा.

**पुरुष** : थँक्स्. घरात तुम्ही एकटेच?

सर : तुम्हाला कोण पाहिजे आणखी? मी आहे, मिकी आहे.
पुरुष : मिकी कोण?
सर : ते उंदराचं नाव आहे.
पुरुष : उंदीर पाळता तुम्ही?
सर : हे एका सायंटिस्ट्चं घर आहे. प्रयोगासाठी प्राणी लागतात.
पुरुष : पण प्रयोग घरी की....
सर : प्रयोग लॅबमध्ये करतात, घरी नाही.
पुरुष : पण तुम्ही....
सर : मी घरी करतो. मिकी घरी आणून ठेवलाय मी.
पुरुष : का?
सर : कारण मी झक् मारलीय. शिवाय मिकीला घरी बरं वाटतं.
पुरुष : कुणाला?
सर : उंदराला.
पुरुष : उंदराला घर आवडतं, असं कसं म्हणता तुम्ही?
सर : अहो, कारण घरी असताना तो जास्त खातो म्हणून. शिवाय मी चोवीस तास काही लॅबमध्ये नसतो. घरी तेवढंच लक्ष राहतं माझं. शिवाय इंजेक्शन्सं पण वेळचे वेळी दिली जातात.
पुरुष : इंजेक्शन्स्?
सर : हो.
पुरुष : कशाकरता?
सर : तुम्ही इथं सहज आला आहात तरी सांगतो. माझे प्रयोग सुरू असतात.
पुरुष : पण कशाकरता?
सर : कमाल आहे!-अहो, मी मॉलेक्युलर बायॉलॉजिस्ट आहे. प्रयोग करणं हा माझा व्यवसाय आहे. रिझल्ट्स मी पब्लिश करीत असतो.
पुरुष : पण उंदरावर प्रयोग म्हणजे...
सर : हे बघा, तुम्हाला यातलं काहीही कळत नाही. ॲनिमल हाउसेस असतात मोठी लोकांकडे- प्रयोग करण्यासाठी.
पुरुष : पण तुमच्याकडे फक्त मिकीच?
सर : हो, सध्या तेवढंच आहे. तो पुरतो मला प्रयोगाला.
[स्तब्धता]
पुरुष : घराबाहेर काय आहे तुमच्या?

सर : काय असतं कुणाच्या घराबाहेर?

पुरुष : बरंच. तुळशी-वृंदावन, बाग, फरसबंदी केलेलं अंगण, कदाचित हिरवळ, त्यावर दोन खुर्च्या- संध्याकाळी गप्पा मारण्यासाठी.

सर : खुर्च्या किती?

पुरुष : दोन. आणि जोडीला एक टी-पॉय. तुमच्या अंगणात काय आहे?

सर : बाग फुलतच नाही.

पुरुष : फक्त गवतच दिसतंय.

सर : कोण दिसतंय?

पुरुष : तुमच्या बागेत रानटी गवतच....

सर : येस्. आमच्या बागेत गवत माजलंय. मनुष्याला निसर्गाची फार आवड असते. फार पूर्वी आपणही जंगलातच राहायचो. कंदमुळं खात भटकत राहायचो. बाय द वे- आपण बॉटनीचे का?

पुरुष : कशावरून?

सर : आपणाला रानाबद्दल फार उत्सुकता दिसते! तुमचं नाव रानडे का?

पुरुष : नाही, मी रानडे नाही.

सर : कमाल आहे! यू आर नॉट बॉटनिस्ट? यू लाइक रान, स्टिल युअर सरनेम इज नॉट रानडे?
[स्तब्धता]

पुरुष : रानाचा एक भाग एका मोठ्या हौदानं व्यापलेला दिसतो.

सर : तुम्ही मला काय गणित घालायला इथं आलात का?

पुरुष : नाही. वस्तुस्थिती सांगतोय..

सर : माझ्या घरात सहज येऊन?

पुरुष : त्याची जाणीव असणं आवश्यक आहे

सर : मला पूर्ण आहे. आपण सहज आला आहात, हे विसरता आहात.

पुरुष : तसं यावंच लागतं.

सर : पण का?

पुरुष : तशी प्रथा आहे.

सर : प्रथा गेली खड्ड्यात!

पुरुष : ती तुमच्यापुरती. आमच्यासाठी नाही.

सर : तुम्ही खालसा झालेले संस्थानिक तर नाही? किंवा संपादक?

पुरुष : का?

सर : स्वतःचा उल्लेख तुम्ही 'आपण' असा आदरार्थी बहुवचनात केलात.

पुरुष : तुम्हाला भास झाला असेल.

सर : माय टिंपॅनिक मेम्ब्रेन इज् स्टिल इन्टॅक्ट! आणि माझ्या कानांत मळ साठलेला नाही.

पुरुष : आपण नियमित तेल घालता वाटतं?

सर : नाही. पण कानांवरून मफलर घेतो धूळ असताना.

पुरुष : पण मला हे कळत नाही की, तुमच्या घरात एवढा मोठा हौद कसा?

सर : नन् ऑफ युवर बिझिनेस, तुम्हाला काय वाटलं, आम्ही जलचर आहोत?

पुरुष : रागावू नका. हौद गळतोय का?

सर : काय करायचंय तुम्हाला?

पुरुष : पाणी वाया जातं उगीच.

सर : मी टॅक्स भरतो.

पुरुष : तरी पण एवढा मोठा हौद?

सर : मी बोटी सोडतो कागदाच्या त्याच्यात, मला तसा छंद आहे. बोटींना मोठा हौद लागतो.

पुरुष : साधारणपणं किती मोठा? ..

सर : शट्-अपऽ!

पुरुष : आणि ते पलीकडे काय आहे? कळशी? कळशी आणि हौद... पाणी आपण भरता रोज?

सर : गेट-आऊटऽऽ

पुरुष : आपण ज्या अर्थी रागावलात, त्या अर्थी पाणी आपणच भरत असला पाहिजे. रागावू नका, मी जातोय. पण हे काळ-काम-वेगाचं गणित मला समजलं नाही. आपल्याला सुटलं तर कळवा, म्हणजे मी माझ्या मुलाला ते घालीन. (जातो.)

सर : का? का? मलाच का हे प्रश्न? काय संबंध तुमचा माझ्याशी? माझं मी बघेन. मला माझ्या डिपार्टमेंटबद्दल विचारा, मिकीच्या प्रयोगाबद्दल विचारा, थिअरी विचारा, प्रॅक्टिकल विचारा. थिअरी आणि प्रॅक्टिकल वॉटर टाइट कंपार्टमेन्ट्स नाहीत. मधून पाणी जाऊ शकतं, पण माझ्या हौदात ते पडत नाही. आपल्या सगळ्यांचा एक मोठा हौद. प्रत्येक जण पेरिस्कोपमधून दुसऱ्याचा हौद पाहतो, पण दिसतो फक्त पृष्ठभाग.

आतलं दिसू शकत नाही. प्रत्येकाला फिल्टर वॉटर मिळत नाही. तसं पाहिलं तर आपण पाण्यातूनच आलो. जलचराचा अंश प्रत्येकात. अमिबा– आपण साले अमिबा! असदूपादभोवती आवळून प्रश्न विचारून-विचारून पार चोथा करून सोडणार. जणू औरंगजेबाच्या तावडीत धर्मबहिष्कृत संभाजी. फक्त डोळे काढायचे बाकी उरलेले!

[दारावर टकटक]

कोण आहे?

[आतून : मी गुळवणी, सर. गुळवणी येतो.]

(वेगळ्याच स्वरात) अरे, आत्ता इथून जाताना कोणी पाहिलंस का? कोण होता तो?

**गुळवणी :** मला माहीत नाही सर.

**सर :** तुलासुद्धा माहीत नाही? मलाही नाही. नाही–नाही ते प्रश्न विचारत होता, काही कारण नसताना. माझा संबंध नसताना.

**गुळवणी :** पण सर–

**सर :** काय?

**गुळवणी :** आत्ता कोणीच इथून गेलं नाही.

**सर :** तुला काय माहीत? तू यायच्या अगोदर इथं होता तो. वाटेत तू पाहिला असशील, पण लक्ष नसेल तुझं; किंवा त्याला जाऊन बराच वेळदेखील झाला असेल.

**गुळवणी :** पण सर, गेला अर्धा–एक तास आम्ही शेजारच्या देशपांड्यांच्या बागेत गप्पा मारत बसलो होतो खुर्च्या टाकून, मला कोणीच दिसलं नाही.

**सर :** किती खुर्च्या?

**गुळवणी :** काय?

**सर :** अरे, अंगणात खुर्च्या किती होत्या देशपांड्यांच्या?

**गुळवणी :** लक्षात नाही, सर.

**सर :** हंऽ तिथं पण गवत उगवलंय?

**गुळवणी :** अंऽऽ? काय म्हणताय सर?

**सर :** त्यांच्या बागेत रानटी गवत उगवलंय का?

**गुळवणी :** छे, छे! रान कसं माजू देतील देशपांडे? बागकामाची फार हौस आहे मिसेस देशपांड्यांना.

**सर :** मग माझ्याच बागेत का माजतं? पूर्वी मी स्वतः लावलेली झाडं मेली.

**गुळवणी :** किंवा उपटली गेली असतील...

**सर :** तुला काय माहीत? पुरावा आहे तुझ्याकडे? तू बघितली आहेस उपटलेली?

**गुळवणी :** नाही सर, माझा आपला अंदाज. म्हणजे कंपाउंड पक्कं नाही ना बागेचं. शेळ्या खातात झाडं.

**सर :** गुळवणी, खाणं आणि उपटणं ह्यात फरक असतो. माझी झाडं उपटली गेली.

**गुळवणी :** पण मघाशी तुम्ही तर 'मेली' असं म्हणालात.

**सर :** उपटल्यानंतर थोड्या वेळात ती मरतात, मि. गुळवणी.

**गुळवणी :** मी तेच तर म्हणतोय. बरं... सर, मी...

**सर :** मी काय?

**गुळवणी :** मी रफ् टायपिंगचे कागद दिले होते....

**सर :** (स्वतःच्या तंद्रीत) माझी बाग कशी असावी, ते मी बघेन. हा कोण सांगणार? त्याचा अधिकार काय?

**गुळवणी :** झाले असले तर द्या, कारण अजून बरेच आहेत...

**सर :** हिम्मत असणाऱ्यांनी स्वतः बाग लावून बघावी. दुसऱ्याच्या बागेबद्दल चौकशी करणं हा गुन्हा आहे. फार-फार तर कंपाउंडबद्दल करावी.

**गुळवणी :** कालच व्हाइस चॅन्सेलरचं पत्र आलंय. त्यांनी एक्स्प्लनेशन मागितलंय.

**सर :** व्ही. सी. मोठा माणूस. त्याची बाग पण मोठी.

**गुळवणी :** नाही, नाही- सर, थेसिस- थेसिसबद्दल एक्स्प्लनेशन मागितलं आहे त्यांनी माझ्या...

**सर :** अरे, व्ही. सी.चा कसला थेसिस? व्ही. सी. का पीएच्. डी. करणार ह्या वयात?

**गुळवणी :** असं काय करताय सर? मी थेसिसबद्दल विचारतोय. रफ टाइपिंगचे कागद?

**सर :** व्ही. सी. मोठा असला, तरी काळ-काम-वेगात तो कच्चाच असणार. जोहार मायबाप, व्ही. सी. जोहार. नाही, नाहीऽऽ असं नका करू- मी प्रयत्न करतो, गणित सोडवायचा. पण माझ्या नोकरीवर गदा आणू नका. आय लव्ह माय् सब्जेक्ट. माझी खूप पब्लिकेशन्स आहेत. सीनिऑरिटी पण आहे. माझी डॉक्टरेट स्टेट्समधली आहे. बरीच मुलं माझ्या हाताखाली पीएच. डी. झाली आहेत. आता वर्ग

चालू असताना गडी माझ्राच वर्ग झाडतो, हा काही माझा दोष नाही. मी फोनवर तुम्हाला तसं सांगितलंही आहे. मेमसाहेबांची ही चूक आहे. त्याच चुकीनं माझ्या अंगात घर केलंय. त्याचं झालंय कुरूप. मला काढता येत नाही. तुम्ही पण मला डिपार्टमेन्टमधून काढू नका. मी सेक्शनचा हेड आहे. माझी आज्ञा डिपार्टमेन्टमध्ये मानली गेली पाहिजे.

**गुळवणी :** सर... मी... काय म्हणतोय सर, हे कागद–

**सर :** नाही– मला मान्य आहे. रिलेशन खूप डेलिकेट आहे. पण डिपार्टमेंटमध्ये त्याचा काय संबंध? घरी हौद आहे. मिकी आहे. कळशीसुद्धा आहे. इतकं सगळं असताना हा कागद कशाला?

**गुळवणी :** सर, मी गुळवणी. तुमचा विद्यार्थी. हे कागद माझे. तपासायला पाठवले होते. आधीच ७-८ वर्षं लागलीत रिसर्चला सर... लोक नावं ठेवतात मागं.

**सर :** लोकांचा काय संबंध? हौद काही ते धूत नाहीत. त्यांची ओळख फक्त मेमसाहेबांशी, माझ्याशी फक्त तोंड-ओळख. बाग का फुलत नाही? अरे, जरा टाचा उंच करून बघा. त्या कंपाउंडमधला तो हौद दिसतो– हौद...

**गुळवणी :** नवीन बांधला सर?

**सर :** नाही...

**गुळवणी :** मग?

**सर :** माझ्या पाचवीच्या पूजेला बांधला गेला.

**गुळवणी :** मग तो दुरुस्त करायचाय का? इस्टेट मॅनेजरला हवं तर सांगतो जाताना.

**सर :** हवं असलेलं इतकं सहजासहजी मिळत असतं, तर हौदाचं बूड जरा वर आलं असतं. पाणी थोडं पुरलं असतं. पण नाही. मेमसाहेबांचं अंग धुणं म्हणजे राजा गोपीचंदाची अंघोळ! भसाभस-भसाभस पाणी. कळशीसुद्धा बिचारी झिजून गेली.

**गुळवणी :** हौद गळतोय का?

**सर :** हौदच तो; त्यातून आमचा. तो अदृश्यपणे गळतो. कुठं बोलू नको, कुणाला सांगू नको. सगळे बघायला येतील, माझी पंचाईत होईल. कारण ती तिकीट लावील बघायला आणि मला गल्ल्यावर बसावं लागेल.

**गुळवणी :** नाही, मी सांगत नाही कुणाला. पण त्याचं नाव काय?

**सर :** मिकी.

**गुळवणी :** नाही, हौदाचं.

**सर :** हौदाला नाव असतं?

**गुळवणी :** हो. ज्या अर्थी तो अदृश्यपणे गळतो, त्या अर्थी तो फार प्राचीन असला पाहिजे. मला वाटतं, आपण पुराणवस्तु-संशोधन खात्याला कळवलेलं बरं.

**सर :** आमच्या हौदाचं नाव 'मिकीचा हौद'.

**गुळवणी :** म्हणजे मिकी त्या हौदात जातो?

**सर :** तोंड सांभाळून बोला गुळवणी! काय कुठं बोलावं, ह्याचा काही पोच? मिकी हौदात गेला, तर ती टवळी मला डांबराच्या गोळ्या घालील!

**गुळवणी :** ती कोण?

**सर :** बाग फुलत नाही म्हणतोय मी.

**गुळवणी :** नाही, बाग नाही- तुम्ही काही तरी दुसरं म्हणालात.

**सर :** घरी आम्ही दोघंच- मी आणि मेमसाहेब. आम्ही कायम दुसरंच म्हणणार.

**गुळवणी :** मला कळत नाही तुमचं बोलणं. पण कागद तपासून झाले असतील, तर घेऊन जातो. पुढचे टाइप करून आणले आहेत.

**सर :** टाइप केलेत ते बरं केलंत.

**गुळवणी :** असं काय करता सर, थेसिस नेहमीच टाइप करतात.

**सर :** तिचा थेसिस मी टाइप केला स्वतः, अमेरिकेतून आणलेल्या टाइपरायटरवर. तरीही हौद भरत नाही. पंप बसवून देत नाही.

**गुळवणी :** का?

**सर :** कारण विजेचा भरवसा नाही. भरवसा कसलाच नाही. कधी कधी वाटतं, पाण्याचा बर्फ होऊन जावा. पण ती- हीटर लावून पुन्हा पाणी करेल! हौदाचा प्रवाह अखंडपणे चालूच. [कर्कश बेल वाजते.]
तुमचे कागद ठेवून जा. आज रात्री सगळे तपासतो. उद्या दुपारी येऊन घेऊन जा. मागचे पण उद्याच देतो.
[गुळवणी कागद ठेवून जायला लागतो. जाता-जाता-]

**गुळवणी :** ते हौदाचं मी सांगू का इस्टेट मॅनेजरला? बघतो दुरुस्त होतो का.

बराय.

[गुळवणी जातो. सर कळशी घेऊन आत जातात. एका विंगेतून घागर भरून दुसऱ्या विंगेत नेऊन ओततात.]

**सर** : फक्त एकच कळशी राहिली होती.

(टेबलापाशी येतात. सिरिंज काढतात, सोल्युशन भरतात.)

मिकीच्या इंजेक्शनचीही वेळ झाली - (असे म्हणत विंगेत जातात, इंजेक्शन देऊन परत येतात, सिरिंज ठेवून देतात. टेबल-लॅम्प लावून पेपर्स करेक्ट करायला लागतात.)

[मागच्या चौथऱ्यावर पावले वाजतात. मेमसाहेब येतात. नाइट गाऊन घातलेला, पारदर्शक. विलक्षण आकर्षक दिसताहेत. चौथरा पायाने टॅप करतात. सर भेदरतात, खाली मान घालून उभे राहतात.]

**सर** : काय आज्ञा आहे?

**मेमसाब** : आज्ञा नाही- तक्रार आहे.

**सर** : आमच्याबद्दल?

**मेमसाब** : माझ्या नवऱ्याबद्दल.

**सर** : माझ्याबद्दल...

**मेमसाब** : (हसून) तुमच्याबद्दल.

**सर** : तक्रार फर्माइये, कसूर माफ असावी.

**मेमसाब** : तक्रार अशी- डाळवांग्याला आज मीठ फार कमी झालं होतं.

**सर** : मागील खेपेस ते जास्त पडलं होतं, अशी तक्रार हुजूरांनी केल्यामुळं मिठाचं प्रमाण आज वाजवीपेक्षा थोडं कमी होतं. तरीही विनंती करण्यात येते की, आपण मिठाचं प्रमाण शास्त्रीय परिभाषेत सांगितल्यास सेवकाला सोईचं जाईल.

**मेमसाब** : १.२ मिलिग्रॅम.

**सर** : विचारतो त्याबद्दल क्षमस्व, पण मिलिग्रॅम ही फारच लहान क्वान्टिटी आहे. मला वाटतं, मेमसाहेबांची गल्लत होत असावी.. आपणाला १.२ ग्रॅम अभिप्रेत असावं, असा माझा कयास आहे. कारण आपण नित्य जे टेबल-सॉल्ट वापरतो, ते खारटपणात फारच कमी असतं. किंवा जर खडे-मीठ वापरलं, तर खारटपणा फार जहाल असतो. आपण सांगितलेलं प्रमाण जर टेबल-सॉल्टप्रमाणं धरलं, तर आजची तक्रार उद्या पण येण्याची शक्यता आहे. तरी विनंती अशी की, निश्चित

काय तो खुलासा व्हावा, म्हणजे सेवकाच्या हातून पुन्हा कसूर होणार नाही.

**मेमसाब :** आपली बुद्धी वापरून तोल साधण्यात यावा.

**सर :** कसरत अवघड आहे. खुलासा झाल्यास बरं.

**मेमसाब :** तोल साधण्यात यावा, हाच खुलासा.

**सर :** जशी आज्ञा. पाणीपुरवठा व्यवस्थित झाला का?

**मेमसाब :** प्रश्न विचारण्यात येऊ नयेत. कसूर झाल्यास कळेलच.

**सर :** एक अर्जी आहे सरकार. सेवकाचं वय आज वर्षं ५० पूर्ण व काही महिने आहे. पाणीपुरवठा व्यवस्थित आणि तो जरूर व्हावा, अशी सेवकाची इच्छा असल्यानं कळशीऐवजी सेवकाला पखाल वापरण्याची मुभा असावी...

**मेमसाब :** तसा लेखी अर्ज करण्यात यावा. त्यावर विचार करण्यात येईल.
(जाऊ लागतात.)
[सर गुळवणीचे पेपर्स तपासण्यात गर्क. रंगमंचावर फिकट निळसर प्रकाश पसरायला सुरुवात होते, मेमसाब थबकतात.]

**मेमसाब :** माझ्याकडे कुणी येऊन गेलं?

**सर :** (दचकतात) नाही.

**मेमसाब :** निरोप?

**सर :** नाही. (पेपर्स तपासायला सुरुवात करतात.)
[मेमसाब सरांच्या मागे जाऊन उभ्या राहतात. चेहऱ्यावर निश्चय]

**मेमसाब :** (वेगळ्याच आवाजात) किती जागायचं ते? झोपायचं नाही का? ठेवून द्या बघू पेपर्स. काम काय रोजचंच आहे स्वारीला.

**सर :** आपण पुढं व्हा. मला जरा एवढे कागद तपासायचे आहेत. नंतर येतो.

**मेमसाब :** ते काही नाही. मी नाही हो तुम्हाला काम करू द्यायची. दिवसभर डिपार्टमेंटमध्ये राबायचं; पुन्हा घरी आल्यावर काम? चला बरं आधी आत.

**सर :** अहो, असं काय करताय? आपण पुढं व्हा, मी येतोच आहे.
[मेमसाहेब सरांच्या गळ्याभोवती हात टाकतात. सर प्रथम दचकतात.]

**मेमसाब :** चलायचं ना आत... किती ताण पडतो तुम्हाला!
[सर पेपर्स तपासण्याचे बंद होतात. डोळे मिटून बसतात. मेमसाहेब हळूहळू सरांच्या अंगावरून हात फिरवायला सुरुवात करतात. नंतर

गुद्गुल्या करायला लागतात. सर प्रथम हसू दाबतात, नंतर मुक्तपणे हसतात. हसणे वाढते दोघांचेही. मेमसाब सरांचा हात धरून विंगेत घेऊन जातात. सबंध स्टेजवर निळसर प्रकाश भरून राहिलेला. मंद संगीत. पहाटेची चाहूल. प्रकाश बदलत राहतो. रेडिओची बांग ऐकू येते. प्रकाशाचे किरण येतात. तोच विंगेत सरांची आर्त किंकाळी ऐकू येते- 'नकोऽ नकोऽऽ मला मारू नकाऽऽ पाया पडतो तुमच्या! मला वाचवा होऽऽ मला वाचवाऽ' असा टाहो ऐकू येतो. सर धाड्कन स्टेजवर येऊन कोसळतात. पाठोपाठ मेमसाब. अवतार रौद्र; हातात भाला.]

**मेमसाब** : लाज नाही वाटत जीवाला? उन्हं अंगावर येईपर्यंत घोरत पडता! पाणी कोण तुमचा बाप भरणार आहे? वठणीवर आणायला वेळ लागणार नाही. लक्षात ठेवा- पुन्हा उशीर झाला तर भाल्याच्या टोकाचा उपयोग करावा लागेल. मला ९ वाजता उठवा. १० ला तासाला जायचंय. (निघून जातात.)

**सर** : (कसेबसे उठत) टेन्डर लव्ह... टेन्डर लव्ह! आमचं सालं असं असं टेन्डर भरून लव्ह. फार वर्षांपूर्वी बयाणा रक्कम भरलेली. पण एकदा मंजूर केलेलं टेन्डर मधेच नाकारण्याचा हक्क राखून ठेवलेला. आमच्यातले तुटायला आलेले, जवळजवळ नसलेलेच धागे नेमके ह्याच वेळी दोरखंडासारखे होतात. मी जखडला जातो कॉटला. आणि पहाटे हेच दोरखंड मला भाल्यागत टोचतात. ह्या वीक इन्टरॲक्शनचे असे अचानक स्ट्राँग फोर्सेस का होतात? भाल्याच्या संवेदना मेंदूपर्यंत जातात. दुखतं अंग सगळं. ठणकतं. हल्ली सोसवत नाही मला. सबब, भाल्याची बदली करण्यात यावी. त्यापेक्षा वेत वापरावा. पण कसंही असलं तरी सालीचा हात म्हणजे मोराचं पीस! रात्र कशी झिरपत निघून गेली- कळलंसुद्धा नाही.

[सर कळशीच्या दिशेने जायला लागतात. रेडिओवर आता शहनाई सुरू झालीय- पडदा]

## अंक दुसरा

[स्थळ : तेच. सर्व रंगमंच प्रकाशात. रंगमंचावर कुणीही नाही. सर प्रवेश करतात. हातात भाजीची पिशवी. खांद्यावर दुधी भोपळा.. सर तोंडाने पुटपुटत आहेत.]

**सर** : ऐलोमा पैलोमा गणेश देवा।
माझा खेळ मांडीला मिकी तुझी सेवा।

[गुळवणी प्रवेश करतो. हातात एक पुस्तक व दुधी भोपळा खांद्यावर टाकलेला.]

**गुळवणी :** चूकऽ चूकऽ साफ चूक! 'मिकी तुझी सेवा' नाही सर, मिकी कसा असेल भोंडल्यात? मिकी हा शब्द इंग्रजी आहे. मिकी हे नाव वॉल्ट डिस्ने नावाच्या व्यंग-चित्रपटकारानं त्याच्या निर्माण केलेल्या उंदराच्या चित्राला दिलं, तेव्हा तो शब्द भोंडल्यात असणं असंभवनीय. पुस्तककर्ता म्हणतो की, 'माझा खेळ मांडीला, करीन तुझी सेवा.'

**सर** : तुझी म्हणजे?

**गुळवणी :** तुझी म्हणजे त्याची- त्या गणेशाची. म्हणजे ह्या मांडलेल्या खेळातूनसुद्धा सेवा घडावी, ही सदिच्छा.

**सर** : तुम्हाला हे सगळं कसं माहीत?

**गुळवणी :** माझे वडील भिक्षुक आहेत....

**सर** : ते भोंडला घालतात?

**गुळवणी :** छे, छे! भलतंच काय सर? ते कसा घालतील भोंडला? ते वयानं मोठे आहेत.

**सर** : मी काय मिकीएवढा आहे?

**गुळवणी :** तसं नाही; मला म्हणायचं होतं की लहान मुलीच- क्वचित मोठ्या बायकाच भोंडला घालतात. मधे हत्तीचं चित्र ठेवून भोवती फेर धरतात. मला आपला... आमच्या देवळात... घर देवळातच आहे आमचं....

आसपासच्या मुली घालतात भोंडला हौस म्हणून- म्हणून मला माहिती, इतकंच. शिवाय घरी धार्मिक वातावरण असतं आमच्या.

**सर** : लहान मुली भोंडला घालतात. मला आठवतंय आश्रमात बघितल्याचं- पण बायका- ?

**गुळवणी :** बायका म्हणजे ?

**सर** : मेमसाहेबएवढ्या बायका घालतात भोंडला ?

**गुळवणी :** काय की! पण घातला जरी नाही, तरी बघत असाव्यात.

**सर** : तर, मोठ्या बायका हत्तीभोवती चकरा मारणाऱ्या मुली बघतात. तरीच- गुळवणी, तरीच....

**गुळवणी :** तरीच काय ?

**सर** : तरीच आम्हाला भोंडल्याची गाणी पाठ करण्याच्या तयारीत असल्याचा हुकूम जाहला.

**गुळवणी :** पण सर, तुम्ही कशाला पाठ करणार ही गाणी ? मला वाटलं, कुणाला संशोधनाला...

**सर** : रिसर्च ?

**गुळवणी :** हो. म्हणजे मला वाटलं की, शेजारच्या देशपांड्यांना पाहिजेत की काय ?

**सर** : का ? त्यांना कशाला ? का त्यांना पण आज्ञा झालीय ?

**गुळवणी :** नाही. ते महाराष्ट्रातील पारंपरिक गीते ह्यावर संशोधन करतात. म्हणून मला वाटलं की, त्यांनी आणायला सांगितली की काय ?

**सर** : नाही. आम्हीच झक् मारली; दुसरं काय! वातच आहे. अजून गाणी पाठ व्हायची आहेत, भाजी चिरायची आहे. ही बया आत्ता येईल भूक-भूक करत. पुढचं गाणं- गुळवणी ?

**गुळवणी :** सर, पण तुम्ही ही कसली गाणी पाठ करताय ? मघाशी मला वाटलं, कुणाला प्रेझेंट देण्यासाठी घेतलंय पुस्तक.

**सर** : सांगितलं ना, आम्हाला आज्ञा झाल्यीय म्हणून.
[स्तब्धता].

**गुळवणी :** सर, काल रफ् टाइप केलेलं....

**सर** : पुस्तक छापलेलं असतं गुळवणी, टाइप कशाला करताय ? भोंडला म्हणजे काय थेसिस आहे ?

**गुळवणी :** तेच मी म्हणतोय- की थेसिसचे टाइप केलेले कागद-

**सर** : पुढचं गाणं- गुळवणी.

**गुळवणी :** (वैतागून ) एक लिंबू झेलू...

**सर** : लिंबू काय झेलताय गुळवणी, लिंबू झेलू नका. ती कागदी लिंबं आहेत, इडलिंबं नाहीत. मऊ पडतील. (आठवून) बोंबला! लिंबावरून आठवण झाली. मघाशी मिरच्या-कोथिंबीर आणली तेव्हा लिंबं आणायला आपण विसरलो... बोला.

**गुळवणी :** गाण्याची सुरुवातच तशी आहे सर.

**सर** : कशी?

**गुळवणी :** 'एक लिंबू झेलू बाई दोन लिंबं झेलू'- म्हणा.

**सर** : एक लिंबू झेलू बाई दोन लिंबं झेलू... पुढं?

**गुळवणी :** अशी एकापासून पाचापर्यंत लिंबं झेलायची.

**सर** : का? पाचच का? लिंबं महाग आहेत? असली तरी मला काय! आम्ही दोघं मिळवतो आणि मी भोंडला घालतो. एक मॉलेक्युलर बायॉलॉजिस्ट युनिव्हर्सिटीमधला- एक रीडर भोंडला घालतो. मला वाटतं, तिकीट लावावं. युनिव्हर्सिटीतील परिसरातील लोकांना तेवढीच करमणूक. वर्गात शिकवतो. लॅबमध्ये प्रयोग करतो. घरी भाजी चिरतो. पाणी भरतो. भोंडला घालतो. बापाशी कुस्ती खेळतो? -खेळतो. बापाला पाडतो? - पाडतो. आम्हाला आई नाही, बाप नाही; फक्त कसरत चालू आहे. कारण डार्विनचा सिद्धान्त आहे : 'सर्व्हायव्हल ऑफ द फिटेस्ट' आणि जमिनीतून येणाऱ्या लिंबातलं व्हिटॅमिन-सी घरी एस्टिमेट करता येत नाही. लिंबं फक्त झेलावी लागतात किंवा भाजीत पिळावी लागतात.

[स्तब्धता] (शांतपणे-)

एक लिंबू झेलू बाई दोन लिंबं झेलू
दोन लिंबू झेलू बाई तीन लिंबं झेलू
तीन लिंबू झेलू बाई चार लिंबं झेलू
चार लिंबू झेलू बाई पाच लिंबं झेलू

**गुळवणी :** पाचा लिंबाचा

**सर** : पानोठा.. माळ घाली...

**गुळवणी :** हणमन्ता.

**सर** : हणमन्ताची निळी गोळी.

अग अग राणी इथं कुठं पाणी!
पाणी नव्हे गंऽ आमचा हौद.
घागर उचला, घागर उचला!
नळ होऽ आऽऽ ला
नळाखाली आता घागर ठेवा-

**गुळवणी :** नाही, नाही सर. पुन्हा चुकलात. पुस्तककर्ता म्हणतो येणेप्रमाणे-
अगं अगं राणी इथं कुठं पाणी!
पाणी नव्हे यमुना जमुना.
यमुना जमुनाची बारीक वाळू
तेथे खेळे चिलारी बाळा
चिलारी....

**सर :** बाळाला भूक लागली
सोन्याच्या गादीवर निजवले....
(एकदम) गुळवणी, बराच वेळ झाला. इंजेक्शन द्यायचं राहूनच गेलं मिकीला. तेवढं टोचून या, जा.
घ्या जा- टोचून या. सिरिंज ड्रॉवरमध्येच आहे.
ट्रेमध्ये सोल्युशन्स आहेत. डाल्यूशन चुकवू नका.

**सर :** पायाचं कसं आहे गुळवणी?

**गुळवणी :** कुणाच्या?

**सर :** तुमच्या .

**गुळवणी :** आता बरंच बरंयः

**सर :** तोपर्यंत मी भाजी निवडतो. मेमसाहेब येतीलच इतक्यात. टोचून झाल्यावर पुढची गाणी पाठ करू.
[गुळवणी विंगेत जातो. सर भाजी निवडतात.]

**सर :** भों- भोंडल्यातला, दु- दुधातला, दुधी भोपळ्यातला. भाजी निवडा. भाजी करा. प्रोटिन्स डिनेचर्ड करा, म्हणजे डायजेस्ट चांगली होतात. सालीऽ मॉलेक्युलर बायॉलॉजी माझ्याच घरी इतकी अप्लाइड होईल याची मला थोडी जरी कल्पना असती, तर मी आर्ट्सला गेलो असतो. हे असंच चालू राहिलं तर मला महिला विद्यापीठाचा कुलगुरू करतील. अरे, मला प्रोटिन्सचं स्ट्रक्चर विचारा, ३-डी स्ट्रक्चर. मी मुलांना समजावून सांगतो आणि इथं घरी ३-डी स्ट्रक्चर तर सोडाच,

पण सिंगल डायमेन्शनसुद्धा दिसत नाही. सगळं एकसारखं! (भाजी कापता कापता हात थोडक्यात वाचतो.)

**गुळवणी :** (हातात सिरिंज) सर-

**सर :** (दचकून) कोण आहे?

[स्तब्धता]

दिलंत? फार त्रास नाही ना दिला त्यानं?

**गुळवणी :** थोडा दिला.

**सर :** तेवढा देणारच. हल्ली फार खुडबुड करतो. असो. उद्या मला आठवण करा, मिकीचं ब्लड घेऊन जायचंय मला.

**गुळवणी :** हो, आठवण करतो. सर, माझे कागद तपासून झाले?

**सर :** कागद?

**गुळवणी :** काल दिलेले?...

[स्तब्धता]

**सर :** कागद... अंऽऽ हो- त्याची... मोराची पिसं झाली!

**गुळवणी :** काही तरीच काय सर, कागदाची कसली आल्येत पिसं? (काकुळतीला येऊन) सर, सर- कागद हरवले तर नाहीत ना? रफ् टायपिंग होतं सर. ते टायपिस्ट पुन्हा करून देताना त्रास देतात. लवकर थेसिस सबमिट झाला म्हणजे बरं. महिना पाचशेवर भागत नाही सर! लवकर एकदा पीएच्. डी. मिळून नोकरी मिळाली म्हणजे बरं. अर्ज करूनसुद्धा त्यांनी सीनिअर फेलोशिप दिली नाही. शिवाय-

**सर :** अरे, मी तरी काय करणार? काल रात्री खूप पाऊस पडला. मेघ जमून आले होते. आपल्या रान माजलेल्या बागेत एका मोराचा पिसारा फुलला होता. बेफाम नाचत होता. सकाळी बघतो तो- पिसं सगळी विखरून गेली होती नाचून-नाचून- कोंबडी मारल्यावर पसरतात तशी! मी घाबरलो. मला वाटलं, कागदांची पिसं झाली की काय? म्हणून मी टेबलापाशी आलो. ड्रॉवर उघडायला, माझा हात चिमटायला आणि कर्कश बेल वाजायला- एकच गाठ. कागद आहेत ह्याची खात्री करून घेऊन ड्रॉवर बंद केला आणि-

**गुळवणी :** बेल कुणी वाजवली सर? इतक्या सकाळी?

**सर :** बेल? हो, बेलच. एक माणूस आला होता. चेहरा दिसत नव्हता. त्यानं मला एक पाकीट दिलं. मी चेमटलेलं बोट चोखत ते उघडलं.

त्या पाकिटात एक पत्र होतं. त्यात आज्ञा होती. म्हणून तर आपण हे पुस्तक विकत आणलं. भोंडल्याची गाणी पाठ करण्याचा प्रयत्न चालू आहे. बरोबरीनं भाजीसुद्धा चिरतोय. तर- कागद मी आज संध्याकाळी तपासतो.

**गुळवणी :** नक्की ना सर?

**सर :** अंऽ हो. भाजी नीट झाली, तर नक्की.

**गुळवणी :** म्हणजे?

**सर :** म्हणजे जर भाजी नीट झाली नाही, तर ती परत करावी लागणार. परत करताना ती नीट होते, पण नीटपणाची व्याख्या बदलते. परिणामी, ती परत परतावी लागते आणि नीटपणाची व्याख्या पूर्ववत् होऊन आम्हाला गंडवते. भाजी पुन्हा बेचव! आणि कुणी पाहुणा आला की झिप्रं कुत्रं सोडावं लागतं. कुत्रं भुंकतं कसं?

[गुळवणी 'भो भो' असे करतो.]

**सर :** करेक्ट. तेसुद्धा भाजीला तोंड लावत नाही. त्यामुळं आपल्याला जो घालावा लागतो, तो भोंडला! अशी भोंडल्याची एक व्याख्या होऊ शकेल.

**गुळवणी :** म्हणजे भाजी एक्झॅक्ट्ली किती वेळा करावी लागते?

**सर :** हौद भरेपर्यंत. आता इतकं सगळं असताना मी तुमचे कागद वेळेवर तपासून कसे देणार? वेळ लागणारच.

**गुळवणी :** पण सर, तुम्ही हे का करता?

**सर :** कमाल आहे! मी तुमचा गाइड आहे, मला तुमचा थेसिस तपासलाच-

**गुळवणी :** नाही, पेपरचं म्हणत नाहीये मी. तसं मी विचारू नये, पण हे भाजी वगैरे- त्याला बाई का नाही ठेवत?

**सर :** अहो, ह्या सगळ्याला बाई कशी ठेवणार?

**गुळवणी :** का? पैसे फार मागतात ना? फार आगाऊ झाल्यात अलीकडे! यांची युनियनसुद्धा आहे सर.

**सर :** गुळवणी, पैशाचं नाहीये- आम्ही दोघं मिळवतो. पण बाई समाधान करू शकणार नाही.

**गुळवणी :** कुणाचं?

**सर :** महाबली वेताळाचं! कुणाला सांगू नका. त्या वेताळाचे संदेश येतात मला. रोज सकाळी मिळतात, म्हणून मला करावं लागतं.

**गुळवणी :** समजा, नाही केलं तर?

**सर** : तर? ऊन पाऊस गुंज, म्हातारीची मुंज!

उन्हात नागडा पाऊस. असा नागडा पाऊस पडतो. आकाशात दोन इंद्रधनुष्यांचा एकमेकांना छेद जातो आणि वेताळाचा प्रकोप होतो. मेघ जमतात. मोर नाचतो. पिसं झडतात. आता तर पीस दिसतच नाही पिसाऱ्यात... आणि तुमचे पेपर्स तपासायला उशीर होतो.

**गुळवणी :** मला समजत नाही... पण तुमची अडचण समजू शकतो मी. मलाही उशीर होतोय. चतुर्थी आहे आज- त्यातून अंगारकी. आमच्याकडे अभिषेक असतो आज. येतो मी. (जातो.)

**सर** : जा, जा बेटा गुळवणी, जा- अभिषेक करा. पाणी कमी पडत असलं तर आमच्या हौदातून कनेक्शन घ्या. आम्ही भाजी चिरतो. (एका दमात भोपळा कापतो.) अंग आंबून गेलंय. कणीक भिजवायचीय अजून. आज तास नाहीत ते बरंय. अजून स्नान व्हायचंय. कपडे भिजवायचे आहेत. मेमसाहेबांना फार वाईट खोड. नेसून सोडलेल्या साड्यांचे बोळे करून टाकायचे. घड्या जमता जमत नाहीत. एखादं टोक सारखं निसटतं. त्यातून सिल्कची साडी म्हणजे वातच. माझी ही तऱ्हा, तर द्रौपदीच्या नवऱ्यांना काय वात आला असेल! पाच होते म्हणून निभावलं. एखादा असता, तर घड्या घालता-घालता दरबारात मेला असता! मला सारखी शंका येते की, पाचांपैकी एखादा तरी धोबी असावा. असो. तेव्हापासून पांडवांचं आणि कृष्णाचं वाजलं असावं.

[बेल वाजते-डिंग डाँग]

कोण आहे? दार उघडंच आहे.

[एक रुबाबदार पुरुष येतो. पहिल्या अंकातील नव्हे, हा दुसरा]

या, बसा.

**पुरुष** : आहेत का?

**सर** : हो, आहेत ना. आपली तब्येत बरोबर आहे ना?

**पुरुष** : हो. का?

**सर** : नाही; मी तुमच्यापुढं फक्त काही फुटांवरच असताना तुम्ही विचारताय की, आहेत का म्हणून!

**पुरुष** : तुम्ही नाही, त्या आहेत का असं विचारलं मी.

[स्तब्धता]

**सर** : त्या होय! मला... मला वाटलं, मीच की काय. बसा ना. त्या येतीलच इतक्यात.

**पुरुष** : पण मला आत्ताची वेळ दिली होती.

**सर** : तरीही त्या बाहेर गेल्या आहेत. थोड्या वेळानं येतील. आपण-?

**पुरुष** : मी युनिव्हर्सिटीत असतो.

**सर** : ते दिसतंच आहे.

**पुरुष** : पण मला यायला सांगून....

**सर** : त्या बाहेर गेल्या. तुमची अधीरता वाढवण्यासाठी-

**पुरुष** : म्हणजे?

**सर** : त्या नाहीत म्हणजे तुम्हाला वाट बघावी लागणार, त्यामुळं तुमची अधीरता वाढणार. ती त्यांना आवडणार. थोडक्यात म्हणजे, त्या येईपर्यंत तुम्ही पायावर पाय टाकून बसा.

**पुरुष** : हे पाहा....

**सर** : ठीक आहे- ठीक आहे. आपला वैचारिक गोंधळ मी समजू शकतो. कपडे फारच रुबाबदार घातलेत तुम्ही. माणसानं असंच असावं- रुबाबात राहावं आणि ऐटीत बोलावं. पण काही जणांना यातलं फक्त एकच जमतं. मला वाटतं, आपल्या दोघांकडे बघितल्यावर हे सिद्ध व्हावं.

**पुरुष** : मी समजलो नाही?

**सर** : समजलेलं आहे; पण ते कबूल करत नाही. मी असं म्हणालो की, बोलणं आणि कपडे ह्या काही वेळा पॅरेलल लाइन्स असतात, फक्त इन्फिनिटीमध्ये भेटतात.

**पुरुष** : साधारण किती वेळ लागणार?

**सर** : अहो, ह्या इमॅजिनरी लाइन्स असतात. आपण कसं सांगणार?

**पुरुष** : नाही, त्या यायला किती वेळ लागेल?

**सर** : काहीच सांगता येत नाही निश्चितपणे. तुमचं घर चुकलेलं नाही, पण मला नक्की वेळ सांगता येत नाही. क्षमस्व.

**पुरुष** : पण घरी सांगून वगैरे गेल्या असतील की, म्हणजे नोकराला वगैरे...

**सर** : मी गॅस ऑफ करून आलो हं-

**पुरुष** : नाही- चहा वगैरे नको.

**सर** : मी चहाचं विचारलेलं नाही तुम्हाला. भाजी ठेवलीय गॅसवर. बटण

ऑफ करून येतो, असं म्हटलं मी.

पुरुष : भाजी आपण करता?

सर : हो.

पुरुष : का?

सर : कारण तुम्ही इथं येता आणि मी हरकत घेत नाही, म्हणून. करावी लागते भाजी माणसाला. (जातात. लगेच परत येतात.)

पुरुष : मी चलतो.

सर : नको. तुम्ही चलू नका, इथंच बसा. कारण त्या इथं आल्या की, मी चलणार.

पुरुष : किती वेळ झाला?

सर : कशाला?

पुरुष : त्या बाहेर गेल्याला?

सर : मला काय माहीत? मी काय आवक-जावक नोंदणी क्लार्क आहे?

पुरुष : नाही- विचारलं.

सर : मग मी पण विचारतो तुम्हाला- इथं तुम्ही आलात, हे कोणाला माहिती आहे? (व्यक्ती गप्प. अस्वस्थ) म्हणजे तुम्ही कुणालाही न सांगता इथं आलात. राइट?

पुरुष : कशावरून अंदाज बांधताय?

सर : कारण जोपर्यंत मेमसाब ह्या घरात राहतात तोपर्यंत तुम्ही उघडपणे येणं शक्य नाही. नाही तर सूर्योदयाबरोबर आला असता!

पुरुष : म्हणजे, तुम्हाला काय म्हणायचंय?

सर : म्हणजे मला म्हणायचंय इतकंच की, तुम्ही इथं गुप्तपणे आलाय. माझ्या बायकोऐवजी मी तुम्हाला भेटलो, म्हणून तुम्ही चरफडताय. कारण माझी बायको तुम्हाला भेटायला हवीय.

पुरुष : पण....

सर : धीर धरा. घाबरू नका. वाट बघा. वाट बघण्यात मजा असते. ज्या अर्थी तुम्ही घाबरताय, त्या अर्थी तुमचं लग्न झालं असलं पाहिजे. तुमच्या बायकोला जास्त नंबरचा चष्मा असणार. ती झोपवते आहे तुमच्या तान्ह्या पोराला- किंवा तुम्हाला उद्यासाठी सायीचं दही विरजत असेल.

पुरुष : पण हे सगळं ...

सर : (वरच्या आवाजात) मला पुरतं बोलू द्या. मेमसाब आल्या की, मी चपला घालून बाहेर जातो. खूप चालणार. तुमचं घर लागेल. तुमची बायको स्वेटरच्या लोकरीचा गुंडा करते आहे. मला बघताच दचकणार. नमस्कार. सौ. बाईसाहेब यांसी, आमच्या घरी आपण त्वरेने येण्याचे करावे. आपल्या यजमानांनी बोलावले. आहे. येताना लेकी-सुना- इष्ट मित्र-मैत्रिणींसह यावे. त्यातून रडणारी लहान मुले आणल्यास उत्तम, म्हणजे प्रसंगाचे गांभीर्य वाढेल. साधारण किती लोक येतील, हे आधी कळल्यास बरे. म्हणजे हळद-कुंकू व पान-सुपारीची सिद्धता ठेवण्यास सोईचे होईल. त्याप्रमाणं मी गुळवणीला सांगतो. 'या या, आलात? बरं झालं.' हो, हो- आमच्या घरचं पहिलंच कार्य. हो, आमची पण फार इच्छा होती, आमच्या बायकोचं कुठं तरी जमावं. जमलं हे बरं झालं. काय हे? हे प्रेझेन्ट कशाला? बरं-बरं. हे काय- बेबी नाही आली? असं होय? तिला सांगा, मावशीला चांगला मिळाला म्हणून. जाताना पान-सुपारी घेऊन जायची. नाही येईन ना, त्या दोघांना घेऊनच येईन.

[स्तब्धता]

पुरुष : तुम्ही खरंच माझ्या बायकोला सांगणार?

सर : ऑफ कोर्स! मी मंडईतून देठाची पानंसुद्धा आणायला सांगितली आहेत.

पुरुष : पण बायकोला अगदी सांगितलंच पाहिजे का?

सर : तर, त्याशिवाय मजा नाही. कारण ती बिनडोक असणार. तुमच्या झिंज्या धरणार. आमची पान-सुपारी खपणार. मेमसाब केविलवाणी होणार.

पुरुष : प्लीजऽऽ माझ्यावर दया करा. त्याबद्दल बायकोला बोलू नका. ती सगळीकडे करेल. माझी नाचक्की होईल. मी युनिव्हर्सिटीत बोर्ड ऑफ स्टडीज्साठी उभा आहे. दया करा... पुन्हा पाऊल ठेवणार नाही मी. कुठं बोलू नका. आजवर मी मिळवलेलं रसातळाला जाईल होऽऽ (मोठ्याने गळा काढतो.)

सर : उगी, उगी- रडू नका, आवरा स्वतःला. नाही हं सांगत मी कुणाला.

पुरुष : फार उपकार झाले आपले.

सर : उपकार इतक्यात मानू नका.

**पुरुष** : का? (पुन्हा गळा काढतो)

**सर** : एक अट आहे.

**पुरुष** : कोणती अट? बोला- लवकर बोला. सात समुद्र पार करून जायचीसुद्धा माझी तयारी आहे!

**सर** : सात समुद्र नको- फक्त दोन कळशा भरून हौदात टाका. हौद अंगणात आहे.

**पुरुष** : काय?

**सर** : कळशी घ्या. पाण्यानं भरा आणि अंगणातल्या हौदात ओता. ही घ्या कळशी- (कळशी त्याच्या हातात देतात.) आता ह्या बाजूला जाऊन पाणी भरा, त्या बाजूला जाऊन ओता. (व्यक्ती कपडे सावरत ह्या विंगेतून त्या विंगेत जाऊन पाणी भरते.)
चला, चला- पाणी भरा; जा, जा आता- तिकडे जाऊन ओता.
घागर भरा. भरा, घागर भरा.
एक घागर भरू बाई, दोन घागरी भरू
दोन घागरी भरू बाई, तीन घागरी भरू
घागरी भरू बाई, घागरी ओतू
ओतून ओतून हौद भरेल
हौदाचं पाणी बाई, बागेला घालू.
हिरवी हिरवी झाडी, हिरवी हिरवी झाडी
झाडीला आली चांगली फुले
फुलांचा केला गजरा
मेमसाहेबांनी केसांत माळला!
[सर हे गाणे म्हणत असताना व्यक्ती भराभर पाणी भरत असते... मेमसाहेब येऊन वरच्या पायरीवर उभ्या राहतात. कळशी हिसकावून फेकून देतात. सर आपल्याच तंद्रीत. क्रमशः अंधारून येते. फक्त सरांवर प्रकाश.]

**मेमसाब** : सगळी तयारी झाली?

**सर** : अर्थात! गाणी पाठ. भाजी झाली. भात तयार. अगदी भोंडल्याच्या खिरापतीसकट सगळी तयारी आहे.

**मेमसाब** : आता येतीलच बायका.

**सर** : येऊ द्यात, आपण घाबरत नाही. आपला हुकूम होण्याचा अवकाश

की, ऐलोमा-पैलोमा सुरू. आजचा पहिलाच दिवस, सबब पाटावर फक्त एकच ठिपका. अर्थात गाणंही एकच.
[स्तब्धता].
एक प्रश्न आहे, विचारण्याची अनुज्ञा असावी.

**मेमसाब** : बोला.

**सर** : गाणी सगळे म्हणणार, की फक्त या बंद्याचाच आवाज घुमणार?

**मेमसाब** : बायका गाणी म्हणतीलच याची खात्री नाही, तेव्हा गाणं आपणच म्हणावं. बायका आल्याच वाटतं!
[एकदम कोलाहल सुरू होतो. उजेड. खूप बायका पायऱ्यांवर बसलेल्या आहेत. सुशिक्षित आणि फॅशनेबल.]

**बाई १** : खूप मजा येईल, नाही?

**बाई २** : हो ना! भोंडला हल्ली कुणी घालत नाही पूर्वीसारखं.

**बाई १** : त्यातून त्यांचे मिस्टर घालणार म्हणजे खरंच क्रेडिटेबल आहे, नाही?

**बाई २** : अय्याऽऽ हो? ह्यांचे मिस्टर घालणार भोंडला?

**बाई १** : हो बाई. त्यांना खूप हौस आहे म्हणे भोंडल्याची!

**बाई ३** : आता या वयात भोंडला घालायचा म्हणजे- ग्रेट की नै?

**बाई १** : इश्शऽ! त्यात काय आहे? नुसते हत्तीभोवती फेर धरत गाणी तर म्हणायची!

**बाई ३** : का? तुमचे मिस्टर पण घालतात वाटतं?

**बाई २** : आमचे हे? छे: बाई; दिवसभर लायब्ररीत पडलेले असतात युनिव्हर्सिटीत.

**बाई ३** : हौसेला मोल नाही म्हणतात, ते काही खोटं नाही....

**बाई ४** : मला नाही पटत. एवढी सोन्यासारखी बायको असताना नवऱ्यानं काय म्हणून भोंडला घालायचा?

**बाई ३** : अहो, जोडीनं घालणार असतील! नवरा-बायकोच असं नाही, पण जोडीनं घालतात. मी पमीच्या खेपेस घातला होता.

**बाई ४** : कुणी? तुम्ही आणि तुमच्या मिस्टरांनी?

**बाई ३** : इश्श, अहो, असं काय करताय? मी आणि पमीनं. अजून पमीला स्वतःभोवती फिरलं की चक्कर येते.

**बाई २** : काय की! पण कुणी कुणी म्हणतात हं- की जोडीनी घातला की, होतं म्हणे.

**बाई १** : खरंच सांगताय की काय?

**बाई २** : असं म्हणतात हं.

**बाई ३** : अजून ह्या आल्या कशा नाहीत?

**बाई १** : तयारी करत असतील.

**बाई ४** : आपल्याला नाही ना फेर धरायला लागणार? मला तर आठवतसुद्धा नाहीत गाणी.

**बाई १** : आपण नको हं फेर धरायला. आपण नुसतं बघू या आणि...

**बाई ३** : खिरापत ओळखू या. (हसतात)

**मेमसाब** : भोंडला लवकरच सुरू होईल. कृपया शांत बसावं.

[बायका टाळ्या वाजवतात. शांतता. प्रोफेसर येतात. हातात पिंजरा. पिंजऱ्याभोवती आच्छादन टाकलेलं. पिंजरा खाली ठेवतात.]

**सर** : नमस्कार. भोंडला घालण्यापूर्वी दोन शब्द बोलतो. भोंडल्याच्या इतिहासात जर आपण डोकावलो, तर आपल्याला असं आढळून येईल की, पहिला भोंडला भोजराजानं घातला. निश्चित सनाबद्दल जाणकारांत दुमत आहे. त्यानं भोंडला घातला, कारण त्याला तो घालावा लागला. ऐन शिकारीच्या वेळी राजाला झोप लागली. दचकून जाग आल्यावर त्यानं एकदम भाला फेकला. पण समोर होता त्याचा दरबारी गजराज. हत्तीचं तत्काळ प्राणोत्क्रमण झालं. त्या पापाचं परिमार्जन म्हणून त्यानं भोंडला घातला.

भोजराजा लवंडल्यामुळे त्याला जो घालावा लागला, तो भोंडला! (टाळ्या) भोंडल्यातली पदे भोजराजाच्या राजकवीनं केलेली. प्राप्त परिस्थितीत हत्ती इथं आणणं केवळ दुरापास्त. सबब, हा मिकी नामक मूषक आणला असे. मिकीचा हा पहिलाच भोंडला असल्यानं तो अस्वस्थ होऊ नये ह्या हेतूनं पिंजरा आच्छादित आहे. तेव्हा- इतकं बोलून भोंडलेश्वराचं मनोमन स्मरण करून मी सुरुवात करतो.

(सर एकटेच केविलवाणे. पिंजऱ्याभोवती दोन्ही हात पसरून फेर धरतात. 'ऐलोमा पैलोमा' हे गाणे संपूर्ण म्हणतात. 'खिरापतीला काय गं?'पाशी येऊन थांबतात.)

**बाई १** : आंबा, पेरू, संत्र, मोसंब, चिक्कू, कैरी, जांभूळ, फणस...

**बाई २** : रामफळ, सीताफळ.

**बाई ३** : अननस, पपनस

**बाई ४** : पपई, खरबूज, टरबूज,

[सर नकारार्थी मान हलवतात]

**बाई १** : चहा, पोहे, खिचडी, सांजा, साजोऱ्या.

**बाई २** : खमण ढोकळा.

**बाई ३** : मोहन थाळ

**बाई ४** : राघवदास.

**बाई १** : सांगा बाईऽ

**बाई २** : फारच अवघड आहे वाटतं पदार्थ?

**बाई ३** : गोड आहे का तिखट आहे?

**बाई ४** : आंबट आहे का तुरट आहे?

**बाई १** : पहिलं अक्षर सांगा.

**बाई २** : दुसरं सांगा.

**बाई ३** : (हसत) तीनच अक्षरी असेल, तर मधलं सांगा.

**मेमसाब** : मला वाटतं, सांगावं.

**सर** : आजच्या भोंडल्याची खिरापत आहे (तांब्या-भांडे हातात घेत) निर्मळ जल, शुद्ध पाणी. वाळाविरहित. फ्रिजमधलं नाही. तसंच कच्चं.

[बायका : अय्याऽ वंडरफुल आयडिया! ग्रेट, थ्रिलिंग इ. म्हणत पाणी पितात.]

**सर** : पाण्याचं माहात्म्य फार महान आहे. अन्न, वस्त्र आणि निवारा ह्यांचे बेसिस पाणी हेच आहे. पाणी हे परब्रह्म आहे. पाण्याने अर्घ्य देतात. त्याने अंघोळ करतात चूळसुद्धा भरतात. 'पाण्यानेच मनुष्या आले श्रेष्ठत्व या जगामाजी' असं जे म्हटलं आहे, ते काय उगीच? शिवाय पाणी हे युनिव्हर्सल सॉल्व्हण्ट आहे. म्हणून तर हा प्रपंच. शिवाय पाणी ओंजळीत राहत नाही, त्याला हौदच लागतो. तो भरावा लागतो. कळशी लागते, हेलपाटे लागतात. पॅन्ट ओली करावी लागते किंवा अर्धी चड्डी घालावी लागते. पाण्यात बुडून हात स्वच्छ राहतात, पण अकाली सुरकुततात. तेव्हा भोंडल्याच्या ह्या मंगल प्रसंगी पाणी ही खिरापत प्रसंगाला अनुरूप अशीच आहे. त्यामुळे भोंडलेश्वराला-देखील समाधान वाटेल. निदानपक्षी ते वाटावे व प्रकोप होऊ नये, ही सदिच्छा. अस्तु.

(हात जोडतात, दमून पायरीवर बसतात.)

[त्यांच्यावर प्रकाश. बायका निघून जातात. सौम्य निळसर प्रकाश

पसरतो. पार्श्वभागी आकाश दिसायला लागते. दूरवर चौघडा वाजायला लागतो. आवाज मोठा होतो. सर दचकून उठतात. अस्वस्थपणे येरझारा घालतात. आकाशाकडे बघून गुळवणीला हाका मारतात. निरव शांततेत त्या घुमत जातात. घंटानाद वाढतो. वरच्या पायरीवर मेमसाब संथ चालीत येतात. पारदर्शक नाईट गाऊन घातलेला. केस मोकळे सोडलेले. हातात भाला. रंगमंचावर वरच्या पायरीच्या मध्यभागी आकाशाच्या पार्श्वभूमीवर उभ्या राहतात. सर गुळवणीला हाका म ारतच असतात. हळूहळू गुळवणी दिसायला लागतो. धोतर नेसलेला. उघडा. जानवे घातलेले. हातात तबक, त्यात पूजेचे साहित्य. गुळवणी लंगडत पुढे सरसावतो.]

**सर** : अरे, ये- ये. आलास? बरं झालं. म्हटलं, उशीर करतोस की काय? अरे, आरतीची वेळ झाली. त्यातून आज पौर्णिमा.

**गुळवणी :** आलो, आलो सर. हे तबक घ्या, निरांजन लावा.

[सर निरांजन लावतात. गुळवणी हातात झांजा घेतो. घंटानादाच्या पार्श्वसंगीतावर तबल्याच्या ठेक्यावर दोघे जण आरती म्हणतात.]

दुर्गे दुर्घट भारी तुजवीण संसारी । अनाथनाथे अंबे करुणा विस्तारी
वारी वारी जन्म मरणाते वारी।। हारी पडलो आता संकट निवारी।
जय देवी जय देवी जय महिषासुर मर्दिनी।।
सुरवर ईश्वर वरदे तारक संजीवनी।।१।।
त्रिभुवनी पाहता तुजऐशी नाही। चारी श्रमले परंतु न बोलवे काही।।
साही विषाद करिता पडले प्रवाही । ते तूं भक्तां लागी पावसि लवलाही
।।२।। जय देवी जय देवी।। धृ।।
प्रसन्न वदने प्रसन्न होसी निजदासा। क्लेशापासूनि सोडवी तोडी भवपाशा।।
अंबे तुज वाचून कोण पुरवील आशा। नरहरी तल्लीन झाला पदपंकज लेशा ।।३।।
जय देवी जय देवी जय महिषासुर मर्दिनी ।। धृ ।।

[आरती संपते. सर निराजन खाली ठेवतात. दोघेही नतमस्तक होऊन उभे राहतात. इतका वेळ स्तब्ध देवी म्हणून उभ्या असलेल्या मेमसाहेब हलतात. एक पायरी उतरून खाली येतात. गुळवणी स्तिमित होऊन पाहत राहतो. मेमसाहेबांच्या हातात एक छोटी बन्द पेटी आहे. ती

पेटी त्या सरांना देतात. सर घेतात. लोटांगण घालतात. मेमसाहेब हळूहळू निघून जातात.]

**गुळवणी :** चमत्कारऽऽ अद्भुत चमत्कार! सर... सर, देवी प्रसन्न जाहल्या! आता महाप्रसादाचे सेवन करू या. अरे, घाबरून जाऊ नका सर. असा प्रसंग फार निराळा. महाप्रसादाचे सेवन रीतीप्रमाणे व्हायला हवे. जा, शुचिर्भूत होऊन या. तोवर मी पूजेची सिद्धता करतो. पौरोहित्य मी करतो.

[सर आज्ञाधारकपणे विंगेत निघून जातात. गुळवणी लंगडत पूजेची सिद्धता करतो. सर येतात. उघडे. खांद्यावर शाल. जानवे अडकवलेले. कद नेसलेला. गुळवणी पुढे होऊन दोन बोटाने कुंकू लावतो सरांना. सर पाटावर मांडी घालून बसतात.]

**गुळवणी :** वास्तविक रीत अशी आहे की, महाप्रसादाचे सेवन उभयतांनी करावे. पण प्राप्त परिस्थितीत ते सर्वस्वी अशक्य आहे. तथापि, चित्त विचलित होण्याचे कारण नाही. सर्व काही यथासांग पार पडेल; फक्त मनाची अस्वस्थता टाळायची आणि चित्त शांत ठेवून ही सुपारी कनवटीला लावायची. (गुळवणी सुपारी देतो, ती सर कनवटीला लावतात.)
पळी-पंचपात्र जवळ घ्यायचं. आचमनम्... ओम् केशवाय नमः माधवाय नमः नारायणाय नमः... गंध लावायचं (सर गंधाचे बोट काळ्या पेटीला लावतात.) गंधाक्षदाम् समर्पयामि. फूल वाहायचं फूलम् पुष्यम् समरपयामि. तुळस व्हायची. तुलसीपत्रम् समरपयामी (गुळवणी एकेक शब्द सरांना म्हणायला सांगतो. सर म्हणतात.)

**गुळवणी :** म्हणा- मम, आत्मना, श्रुती, स्मृती, पुराणोक्त, फल, प्राप्त्यर्थम्
(गुळवणी पुढे संस्कृत वाटावे असे गुणगुणत राहतो, त्याच लयीत.)
आता असं करायचं- तोंड पूर्वेला करून मांडी बदलून बसायचं.
माझे मंत्र म्हणून झाले की, महाप्रसादाचं सेवन करायचं.
(सर त्याप्रमाणे करतात.)
अकालमृत्यु हरणं सर्व व्याधिविनाशनम्।
महिषासुरमर्दिनी महाप्रसादे जठरे धारयाम्यहम्।।
शरीरे जजरे भूते व्याधिग्रस्ते कलेवरे।
औषधं जानवीतोयं वैद्यो नारायणो हरिः।।
आता पेटीचं झाकण उजव्या हातानं उघडायचं, तुलसीपत्र वाहायचं

आणि महाप्रसादाचं सेवन करायचं.

[सर त्याप्रमाणे करतात. झाकण उघडतात. फक्त त्याच्यावर प्रकाश. गुळवणी दिसत नाही. पेटीत हात घालतात. उंदराची शेपटी लागते. पेटी बंद करतात.]

**सर** : रेस्ट इन् पीस मिकी, रेस्ट इन् पीस. निघून गेलास तू... आम्हाला न कळवता. जाताना निदान पिंजऱ्यात खुडबुड करायची. माझ्या इंजेक्शनमुळे गेला असतास तर मी समजलो असतो, पण अचानक कसा गेलास? आता मी माझ्या हातानं माझ्या बागेत तुझं दफन करणार. त्याशिवाय माझ्या हातात काहीच नाही. तुझं शरीर काळं पडलंय; त्या अर्थी तुला घातपात झाला असणार, हे उघड आहे.

[स्तब्धता]

दगाऽऽ दगा दिलात तुम्ही मेमसाहेब... दिलेला शब्द पाळला नाहीत. भाजीला फोडणी घालण्यात आणि हौद भरण्यात मी कधी कसूर केली नाही; मग हे का केलंत? तुमचा संबंध काय माझ्या प्रयोगाशी? तुमची सेवा आजवर करण्यात कधी कसूर केली नाही; तुमचा पीएच्. डी.चा थेसिस लग्नापूर्वी मी पूर्ण केला- मी. तुम्ही फक्त तो बाइंडिंगला टाकलात! प्रयोगशाळेत आपण लावलेले दिवे जगजाहीर आहेत. तरीही मी विनातक्रार भोपळा चिरतोय. माझ्या प्रयोगात मिकी गेला असता तर मी दुसरा आणला असता, पण तुम्ही त्याची हत्या केलीत- माझ्यावर सूड म्हणून. ठीक आहे- प्रथम तुम्ही सूड घेतलात. मिकी मेल्याचं दुःख नाही, पण मेमसाहेब तुम्ही सोकावता.

[स्तब्धता]

हे स्वर्गस्थ शास्त्रज्ञांनो! बघा, बघा- माझ्या भाळी काय लिहिलं आहे ते. अरेऽ अरेऽ मी काय ॲथलेट आहे, अडथळ्याची शर्यत खेळणारा? माझ्याच्यानी उड्या मारवत नाहीत. मी कोसळतो; अंग दुखतं. मिकी मरतो, पिंजरा रिकामा. मेमसाहेबांची छाती फुगते, तरीही कुकर मीच लावायचा? मग सांगा मि. टिसेलियस्, मि. वॉरबुर्ग- माझ्याच बुडाला हे दुःखाचं इंजेक्शन का? (सर डोके हातात धरून हुंदके देतात.)

[सबंध स्टेज प्रकाशात. गुळवणी आलेला आहे. पिंजऱ्यावरचं आच्छादन काढतो. पिंजरा रिकामा. आश्चर्याने रिकामा पिंजरा

न्याहाळतो. सर त्याला बघत असतात. पुढची वाक्ये वेगळ्याच आवाजात]

**सर** : अरेऽ अरे मिकीऽऽ केवढा मोठा झालास! पिंजऱ्याच्या बाहेर केव्हा आलास? गुलामा, पत्ता लागू दिला नाहीस ना? पिंजरा लहान पडतो तुला? आपण मोठा पिंजरा करून घेऊ तुझ्यासाठी.
[गुळवणीला काहीच समजत नाही.]
आमचा मिकी मोठा झाला. तो चालायला लागला.

मिकी रे मिकी काय तुझी मजा....
मेमसाहेब वाजवते बेंडबाजा!

(सर नाचता-नाचता)

मिकीचा गजर हरिनामाचा झेंडा रोविला
वाळवंटी चंद्रभागेच्या काठी डाव मांडिला
दे माई खोबऱ्याची वाटी
मिकीच्या पाठीत घालीन काठी...

कोणाची माय व्यायलीय मिकीला हात लावण्याची?

**गुळवणी** : सर, सर, असं काय करताय...? मी गुळवणी, तुमचा रिसर्च स्टुडण्ट. मी माझे कागद घेऊन जायला...

**सर** : नाही; मिकी आता कागदावर नाही. आता मोठा झालास तू. शाळेत जाणार ना तू? मिकी, नमन कर. मिकी, गवत आण. ही बघ आपली कपिला. कपिला दूध देते.
चारा घाला, धार काढा,
मिकी, पाट आण- मिकी, ताट आण
पाट आणा, ताट आणा,
रांगोळी काढा छान छान.
भात खूप छान, माझा मिकी छान छान!

**गुळवणी** : सर, मी.... मी डॉक्टरला बोलावू हेल्थ सेंटरमधून?

**सर** : डॉक्टर व्हायचं तर अभ्यास करायला हवा, मेमसाहेबांसारखं करून चालणार नाही. खूप मोठा हो. मात्र एक करायचं- औषध....
(घड्याळाचे ठोके पडतात) अरे खरंच! मिकी, तुझ्या इंजेक्शनची वेळ होऊन गेली. माझ्या लक्षातच नाही.

**गुळवणी** : सर, मी गुळवणी. तुमचा रिसर्च स्टुडन्ट....

[सर सिरिंज भरायला लागतात.]

**सर** : मिकी, हात पुढे कर.

[गुळवणी अंग चोरतो. मागे-मागे जातो, सर सिरिंज घेऊन पुढे सरसावतात]

**गुळवणी** : सर, असं काय करताय? ते- ते उंदराचं इंजेक्शन आहे. ॲन्टिजेन ॲन्टिबॉडी... रिॲक्शन फार व्हिगरस होईल. मला ते पॉयझन होईल.

[सर पुढे येतात. गुळवणी लंगडत स्टेजवर फिरतो, पळून जाऊ बघतो, पण सर चपळाई करून पाय घालून त्याला पाडतात. गुळवणीचा हात पकडून इंजेक्शन देतात. गुळवणी तडफडतो, किंचाळतो. अंग थरथरत असते, तोंडाला फेस येतो, पिंजऱ्याजवळ जाऊन निपचित पडतो.]

**सर** : घाबरू नकोस मिकी, काही होणार नाही. इंजेक्शनशिवाय आपला प्रयोग यशस्वी होणार नाही. यशस्वी झालाच, तर मजाच मजा. मी म ेलेक्युलर बायॉलॉजिस्ट असून फिजिऑलॉजीशी रिलेटेड प्रयोग काही उगाच करत नाही. डॉ. सदरलॅन्डला नोबेल मिळालं. मला....मला.... जर सर्व काही ठीक पार पडलं, तर हाच प्रयोग... मेमसाहेबांवर करणार मोराचं पीस फिरत असताना. आणि मग परिस्थिती व्हायसे व्हर्सा! माझी अट्टी मोठी, दोन टाळ्या अदलाबदल. मेमसाहेब पाणी भरणार. भोक पडलेली टाकी बांधून घेतो उंचावर. सालीऽ वर चढून पाणी भरेल. पार स्वभाव बदलून जाणार.

[स्तब्धता.]

[गुळवणी निपचित पडला आहे.]

**सर** : चला- पेपर्स करेक्ट केले पाहिजेत.

[सर पेपर्स तपासायला लागतात. कर्कश बेल वाजते. सरांचा हात अभावितपणे कळशीकडे वळतो. कळशी खांद्यावर घेतात, पायऱ्या चढायला लागतात. सर निघून जातात, फक्त रिकाम्या पिंजऱ्यावर प्रकाश...]

[पडदा]

* 9 7 8 8 1 9 5 6 6 8 8 6 1 *
FCW - #0253 - 061026 - C0 - 216/140/5 - PB - 9788195668861 - Matt Lamination